ĐỪNG ĐÁNH MẤT TÌNH YÊU

ĐỪNG ĐÁNH MẤT TÌNH YÊU
NGUYÊN MINH

NGUYÊN MINH

ĐỪNG ĐÁNH MẤT TÌNH YÊU

UNITED BUDDHIST PUBLISHER

NHÀ XUẤT BẢN LIÊN PHẬT HỘI

Lời nói đầu

Theo một cuộc thăm dò gần đây tại Hoa Kỳ, 70% những cặp vợ chồng đã cưới nhau được 5 năm trả lời là họ hài lòng với quan hệ hôn nhân hiện tại; tỷ lệ này với những cặp đã sống với nhau 10 năm là 40%.

Mặc dù những con số này hoàn toàn không có giá trị chính xác trong bất cứ cuộc nghiên cứu chính thức nào về tâm lý xã hội, nhưng chúng quả thật đã phản ánh được phần nào thực tiễn. Một trong những đặc điểm nổi bật của quan hệ hôn nhân thời hiện đại là tỷ lệ ly hôn tăng vọt so với chỉ một thế hệ trước đây. Và oái ăm thay, những xã hội có điều kiện vật chất phát triển càng cao thì cũng có tỷ lệ ly hôn càng cao. Theo số liệu chính thức của Cục Thống kê Hoa Kỳ vào tháng 3 năm 1998, tỷ lệ ly hôn cao nhất ở Hoa Kỳ lên đến 14,4% trong tổng số các cuộc hôn nhân. Tỷ lệ này rơi vào số các cặp vợ chồng từ 40 đến 44 tuổi. Với độ tuổi nhỏ hơn, từ 15 đến 39 tuổi thì tỷ lệ ly hôn là 9,3%; và với độ tuổi lớn hơn, từ 45 tuổi trở lên thì tỷ lệ ly hôn là 6,7%. Những tỷ lệ này đều được "xếp loại cao" trên toàn thế giới. Khi tính toán trong tỷ lệ dân số, tại Hoa Kỳ vào năm 1998 cứ 1000 dân thì có 4,3 người trải qua ly hôn, vẫn là khá cao khi so với Thái Lan là 0,9; Brazil là 0,6; Mexico là 0,4 và Columbia là 0,1.

Trông người lại nghĩ đến ta. Những năm gần đây, khi nếp sống văn minh Âu Mỹ ngày càng có nhiều ảnh hưởng hơn đến các thành phố lớn, với nhịp sinh hoạt ngày càng sôi động hối hả hơn, thì những vấn đề của phương Tây giờ đây có vẻ như cũng không còn xa lạ lắm với cư dân các thành phố lớn của phương Đông. Những trường hợp ly hôn không còn là hiếm hoi nữa mà đang dần dần tăng đến mức độ làm cho nhiều người phải bắt đầu quan tâm lo lắng.

Nhưng ly hôn chỉ là dấu hiệu cuối cùng mà chúng ta thấy được trong những quan hệ "không tốt đẹp" giữa vợ chồng. Trước khi dẫn đến ly hôn là cả một câu chuyện dài, và nếu mỗi người đều quan tâm lưu ý đến việc vun đắp hạnh phúc gia đình, chắc chắn chúng ta sẽ tránh được rất nhiều trường hợp đáng tiếc. Hơn thế nữa, quan hệ "không tốt đẹp" giữa vợ chồng với nhau đôi khi còn tệ hại hơn cả một trường hợp ly hôn. Bởi thế mà có nhiều người xem nó như một sự trói buộc không có ngày kết thúc! Ở những mức độ nhẹ hơn, và vì thế cũng rất phổ biến hơn, là các trường hợp mà tình cảm vợ chồng bị xói mòn đi trong quan hệ mỗi ngày - thay vì là được thường xuyên vun đắp. Điều tệ hại nhất là rất nhiều người xem đây như một hiện tượng "tự nhiên" mà không hề quan tâm đến việc ngăn chặn hoặc thay đổi!

Quyển sách này được viết ra để cố gắng chia sẻ với bạn đọc những điều có lợi cho một quan hệ hôn nhân dài lâu. Mặc dù phần lớn trong số các vấn đề được trình bày ở đây là những lời khuyên mà chúng tôi nhận được từ những người đi trước, nhưng một số trong đó là những kinh nghiệm bản thân mà chúng tôi đã trải qua. Điều quan trọng hơn hết là tất cả đều được cố gắng vận dụng thích hợp với bối cảnh hiện tại của chúng ta trong những năm đầu thiên niên kỷ mới. Sự hòa hợp và chọn lọc từ nhiều quan điểm cũ và mới, cùng với những kinh nghiệm thực tế trong cuộc sống, hy vọng sẽ làm cho quyển sách có thể giúp ích được phần nào cho bạn đọc.

Với hy vọng nhỏ nhoi đó, bất cứ niềm vui nào mà quyển sách này có thể mang lại được cho bạn đọc cũng đều sẽ là niềm hạnh phúc cho tác giả. Chúng tôi chân thành đón nhận mọi ý kiến đóng góp xây dựng và mong rằng bạn đọc sẽ vui lòng tha thứ cho những sai sót mà chắc hẳn là sẽ không sao tránh khỏi.

NGUYÊN MINH

DẪN NHẬP

Hôn nhân thời hiện đại

Ngày nay, hầu hết các cuộc hôn nhân đều là tự nguyện. Những trường hợp hôn nhân ngoài ý muốn với các tình tiết éo le giờ đây chỉ còn thấy trong các bộ phim tình cảm hoặc những tiểu thuyết loại rẻ tiền. Tự do hôn nhân đã bắt rễ sâu trong mọi tầng lớp xã hội đủ để phần lớn các bậc cha mẹ đều tôn trọng quyền tự quyết của con cái trong hôn nhân.

Đây là một chuyển biến đáng mừng. Tuy nhiên, bên cạnh đó cũng có một vài điểm đáng suy nghĩ. Bởi vì quy luật tự nhiên là bất cứ sự tiến bộ nào cũng đều có cái giá phải trả của nó. Khi xây dựng gia đình ở một độ tuổi còn non trẻ, phần lớn chúng ta chưa có được một cái nhìn toàn diện và chính xác về mọi khía cạnh của đời sống. Điều đó dẫn đến những thay đổi đáng kể sau một thời gian chung sống, và vấn đề đôi khi có thể tốt đẹp hơn nhưng cũng rất nhiều khi lại theo hướng tệ hại hơn. Đây chính là lý do giải thích vì sao khuynh hướng lập gia đình muộn - vào những năm sau tuổi 30 - ngày càng phổ biến hơn. Điều này nói lên rằng, bên cạnh quyền tự quyết trong hôn nhân là một điều hợp lý, các bạn trẻ cũng cần có những suy nghĩ cân nhắc chín chắn cùng với việc biết lắng nghe các chỉ dẫn, khuyên bảo từ những người đi trước.

Quyền tự quyết trong hôn nhân cũng đặt trách nhiệm nặng nề hơn lên đôi vợ chồng trẻ. Họ phải đón nhận mọi kết quả tốt hay xấu của một cuộc hôn nhân như hệ quả tất yếu do quyết định của chính mình. Nhất là trong trường hợp cuộc hôn nhân đó không hoàn toàn làm hài lòng những người thân trong gia đình, họ sẽ càng phải chịu đựng nhiều áp lực tâm lý hơn nữa với những lời chỉ trích hoặc phê phán mà không phải bao giờ cũng khách quan hay chính xác. Kèm theo với sự non nớt trong kinh nghiệm ứng xử của cả hai vợ chồng, vấn đề có thể sẽ trở nên trầm trọng hơn hoặc dẫn đến những thảm họa không mong muốn.

Nhưng tất cả đều có thể ngăn chặn được, và quan hệ vợ chồng có thể phát triển theo hướng ngày càng tốt hơn nếu bạn chịu quan tâm đến một số vấn đề đơn giản mà bạn sẽ đọc thấy trong những chương sách tiếp sau đây.

Thế nào là một quan hệ tốt đẹp?

Trong công việc, khi bạn chọn được một mục tiêu phấn đấu cao - tất nhiên là phải hợp lý và khả thi - thường thì bạn cũng sẽ đạt được một kết quả cuối cùng tốt hơn. Tốt hơn, có nghĩa là tốt hơn so với khi bạn không có một mục tiêu phấn đấu rõ nét nào. Trong quan hệ hôn nhân, vấn đề cũng tương tự như vậy. Quan hệ vợ chồng chỉ có thể trở nên tốt đẹp hơn khi bạn xác định được thế nào là một quan hệ tốt đẹp để nhắm đến.

Rất nhiều trong số những người chúng tôi quen biết hiểu khác nhau về một quan hệ hôn nhân tốt đẹp, và càng khác nhau nhiều hơn nữa khi nói về một quan hệ bình thường. Đôi khi, một quan hệ được xem là bình thường ngay cả khi những cuộc tranh cãi thỉnh thoảng vẫn xảy ra, hoặc những bất đồng kéo dài không chấm dứt, những dấu hiệu không hài lòng nhau về một hoặc nhiều khía cạnh trong cuộc sống... Và quan trọng hơn cả, một quan hệ có khi được gọi là bình thường ngay cả khi không hề có sự hiện hữu của niềm vui hay hạnh phúc thật sự.

Mặt khác, một quan hệ tốt đẹp không nhất thiết phải là một quan hệ "hoàn toàn tốt đẹp"! Nếu bạn nghĩ đến một quan hệ tốt đẹp như là "hoàn toàn tốt đẹp", nghĩa là không bao giờ có những bất đồng hoặc những điều không vừa ý nhau, thì sự thật là điều đó chỉ có thể vạch ra trên lý thuyết mà thôi, và vì thế nó chỉ có giá trị làm cho chúng ta thêm chán nản thất vọng khi so sánh với thực tế, thay vì là có ý nghĩa như một động lực thúc đẩy sự vươn lên. Vì thế, chúng ta cần hiểu vấn đề theo cách thực tiễn hơn: quan hệ hôn nhân tốt đẹp là một quan hệ luôn hướng đến sự tốt đẹp. Điều đó có nghĩa là, cho dù mối quan hệ hiện nay giữa các bạn có tồi tệ đến đâu đi chăng nữa, bạn vẫn có thể ngay lập tức làm cho nó trở thành một mối quan hệ tốt đẹp, miễn là cả hai người đều thực sự muốn làm điều đó.

Xuất phát từ cách hiểu như trên, thước đo của một mối quan hệ tốt đẹp sẽ không phải là mức độ tốt đẹp hiện có được, mà chính là mức độ cải thiện so với trước đó. Mọi quan hệ tình cảm của chúng ta không phải là bất biến mà luôn thay đổi theo thời gian. Một quan hệ được xem là tốt đẹp trong hiện tại - dù ở mức độ nào - không hề đảm bảo là sẽ tiếp tục tốt đẹp trong tương lai, nhưng một mối quan hệ được phát triển đúng hướng bằng vào thiện chí và sự hiểu biết tất yếu sẽ dẫn đến một tương lai ngày càng tốt đẹp hơn, cho dù hiện tại có thể còn nhiều vướng mắc.

Điểm khởi đầu của mọi giải pháp

Việc nhìn nhận vấn đề một cách đúng thực như nó vốn có là tiền đề quyết định để đưa ra các giải pháp hợp lý cho từng sự việc. Hôn nhân ngày nay, như đã nói, khởi đầu từ sự tự nguyện của cả hai người, và đó là một lợi thế lớn lao mà chúng ta rất thường quên đi. Sự tự nguyện kết hôn cũng đồng nghĩa với sự có mặt của một tình yêu chân thật trước và trong khi kết hôn, cho dù đó có thể là một thứ tình yêu còn bồng bột với rất nhiều ảo tưởng sai lầm. Chúng tôi không nói là tình yêu tự nó có thể giải quyết mọi việc, nhưng muốn nhấn mạnh ở đây sự có mặt của tình yêu ít nhất là vào thời điểm các bạn kết hôn. Điều đó là một khởi đầu rất quan trọng. Phần lớn các cuộc hôn nhân ngày nay đi đến đổ vỡ hoặc không phát triển theo hướng ngày càng tốt đẹp chỉ vì người ta không biết cách, thậm chí không nghĩ đến việc vun bồi cho tình yêu của nhau. Nhưng thực tế là như vậy, tình yêu của các bạn cần phải được quan tâm nuôi dưỡng, vun bồi thường xuyên, nếu bạn không muốn nó ngày càng khô héo hoặc có thể là một ngày nào đó sẽ không còn hiện hữu. Khi người ta yêu nhau, mọi thứ đều dễ dàng trở nên tốt đẹp. Nhưng tình yêu đó cần có những chất liệu nhất định cũng như môi trường thích hợp để có thể tồn tại và phát triển. Đây là lý do vì sao chúng tôi nhấn mạnh sự hiện diện của tình yêu trước và trong khi kết hôn, bởi vì đó là điểm chung của hầu hết chúng ta. Còn việc tình yêu có tiếp tục hiện hữu lâu dài trong quan hệ sau khi kết hôn hay không, điều đó tùy thuộc vào từng trường hợp, vào việc bạn có biết cách để gìn giữ và phát triển nó theo chiều hướng tốt đẹp hay không. Và cũng vì thế, tất cả những chương sách viết ra sau đây đều không ngoài mục đích nhắn gửi đến các bạn một điều duy nhất là: đừng đánh mất tình yêu.

Không có ngoại lệ

Nhiều người có thể cho là chúng tôi quá chủ quan hoặc lạc quan khi nói ra điều này, nhưng sự thật là như thế. Không có ngoại lệ trong việc cải thiện mối quan hệ hôn nhân để trở thành tốt đẹp hơn. Điều đó bao giờ cũng nằm trong tầm tay của các bạn. Yêu cầu duy nhất là cả hai đều phải muốn làm điều đó và biết cách làm như thế nào. Chúng tôi không phủ nhận yếu tố lạc quan khi tin tưởng vào sự tốt đẹp này, nhưng điều đó không có nghĩa là chỉ vì lạc quan mà chúng tôi có được niềm tin ấy. Sự thật, đây là một kết luận có được từ cả hai phương diện lý thuyết và thực nghiệm. Và các bạn cũng không phải hoài nghi lâu lắm nếu như bạn chịu mất chút thời gian đọc qua những gì trình bày trong sách này kèm theo với sự vận dụng nó ngay trong cuộc sống thường ngày của bạn. Cho dù các bạn là những người giàu sang hay nghèo khó, thuộc tầng lớp trí thức hay bình dân, theo tôn giáo này hay tôn giáo khác... những điều đó hoàn toàn không ảnh hưởng gì đến kết quả tốt đẹp sẽ có được từ nỗ lực của các bạn. Nếu các bạn đi đúng đường, quan hệ của các bạn chắc chắn sẽ ngày càng tốt đẹp hơn, tình yêu ngày càng thắm thiết hơn và tất nhiên là hạnh phúc cũng ngày càng ngập tràn trong gia đình các bạn.

Chúng ta đang sống giữa xã hội hiện thực của loài người với tất cả những điều tốt đẹp và khó khăn luôn đan xen hiện hữu. Không có một thiên đường cho chúng ta theo nghĩa là mọi thứ đều tốt đẹp. Tuy nhiên, nếu biết nhận ra điều đó, chúng ta bao giờ cũng có thể nắm lấy những cơ hội để sống tốt hơn, hoàn thiện chính mình cũng như cuộc sống quanh mình mà không cần thiết phải than trách hoặc đổ lỗi cho cuộc sống.

Mỗi ngày, mỗi người chúng ta đều phải đồng thời đối mặt với những vấn đề nhất định trong cuộc sống. Tri thức chúng ta cần được nâng cao, các nhu cầu vật chất cần được thỏa mãn, mọi quan hệ xã hội cần được củng cố và phát triển... Không có điều nào trong số những điều ấy có thể tự nhiên diễn ra mà không cần đến những nỗ lực không ngừng của chúng ta. Trong bối cảnh đó, một quan hệ tốt đẹp trong cuộc sống gia đình sẽ là nguồn năng lượng mạnh mẽ cho mọi hoạt động; ngược lại, một quan hệ không tốt đẹp sẽ làm cho chúng ta cạn kiệt sức lực và trở nên yếu ớt, thụ động. Hiểu được điều đó chúng ta mới thấy được tầm quan trọng của việc quan tâm vun đắp hạnh phúc gia đình, và trong thực tế thì bất cứ mối quan hệ nào cũng đều cần phải được nuôi dưỡng đúng cách mới có thể phát triển ngày càng tốt đẹp hơn được.

Mặt khác, nếu chúng ta không nhận thức đúng được vấn đề thì những khó khăn trong cuộc sống lại rất thường khi trở thành những nhân tố xấu tác động vào mối quan hệ trong gia đình. Sự mệt nhọc, bực tức hoặc không hài lòng được tích lũy trong suốt một ngày làm việc để rồi dễ dàng bùng phát trong gia đình như một chỗ chứa cuối cùng cho mọi thứ. Điều vô lý này đáng tiếc là lại rất thường xảy ra và nhiều người xem đây như là một "hiện tượng tự nhiên" trong cuộc sống! Vì thế, xây dựng một mối quan hệ tốt đẹp trong gia đình không thể không khởi đầu từ việc thay đổi nhận thức này và có những thái độ thích đáng, hợp lý hơn.

Như đã nói, chúng ta không nhắm đến việc tạo ra một mối quan hệ hoàn hảo theo nghĩa tuyệt đối. Với những gì đã trình bày, điều chúng ta thực sự nhắm đến là một mối quan hệ ngày càng tốt đẹp hơn, bằng vào những nỗ lực và nhận thức đúng từ cả đôi bên. Bất chấp những khó khăn không thể tránh khỏi trong cuộc sống của mỗi gia đình cũng như mỗi người, chúng ta sẽ không để cho những khó khăn ấy làm cho cuộc sống của chúng ta ngày càng tồi tệ hơn, mà sẽ vượt qua những tác động tiêu cực về mặt tinh thần do chúng tạo ra để có được sức mạnh cần thiết hầu đối phó với những tác động về mặt vật chất.

Hầu hết mọi người trong chúng ta thỉnh thoảng đều phải trải qua ít nhiều những giây phút ngột ngạt hoặc khó chịu, căng thẳng trong quan hệ gia đình vì bất kỳ một lý do nào đó. Vấn đề không phải là làm thế nào để triệt tiêu hoàn toàn những giây phút ấy, mà là làm thế nào để hạn chế chúng ở mức có thể chấp nhận được. Hơn thế nữa, sự khôn ngoan còn được thể hiện ở phương cách mà chúng ta chấp nhận và vượt qua những giây phút ấy mà không để lại những thương tổn lâu dài trong quan hệ vợ chồng. Chúng tôi không nghĩ là có thể trình bày được tất cả trong khuôn khổ quyển sách này, nhưng hy vọng là có thể chia sẻ được phần nào với bạn đọc những gì mà chúng tôi cảm thấy là tốt đẹp.

SỰ CHẤP NHẬN KHÔN NGOAN

Trong suốt thời gian yêu nhau cho đến lúc cưới nhau, thường thì các bạn rất ít có khả năng thấy hết những khuyết điểm của nhau. Nói như người xưa là: "Khi thương quả ấu cũng tròn." Bởi thế, mọi thứ đều mang một sắc hồng tươi đẹp khi hai người yêu nhau.

Nhưng tất cả chúng ta đều là những con người, và vì thế không ai là toàn vẹn cả. Vấn đề là bạn có thái độ như thế nào với những khuyết điểm tất nhiên phải có của người bạn đời. Qua một thời gian chung sống, tất cả mọi thứ đều sẽ dần dần phơi bày ra trọn vẹn, cho đến cả những thói tật nhỏ nhặt nhất của mỗi người cũng đều sẽ được biết rõ.

Việc bạn thấy biết rõ mọi khuyết điểm của vợ hoặc chồng mình là một điều tất nhiên và tự nó không có gì đáng nói. Thế nhưng vấn đề sẽ trở nên nghiêm trọng hơn khi các bạn có điều gì đó bất đồng hoặc không vừa ý nhau. Vào lúc này thì "quả ấu" không "tròn" nữa, mà được nhìn với hình dạng thật của nó! Tệ hại hơn nữa là, những khuyết điểm nhỏ dễ dàng được phóng đại lên, và những điểm rất bình thường có khi cũng trở thành những khuyết điểm gây khó chịu.

Tâm lý rất bình thường này lại ít khi được chúng ta quan tâm đến. Bởi vì nếu biết khách quan nhận xét thì chúng ta sẽ thấy ngay được sự vô lý trong những cách ứng xử của mình. Nhưng người ta thường nói "giận mất khôn" mà!

Điều khôn ngoan là chúng ta cần biết chú ý ngay từ khi mọi việc vẫn còn đang tốt đẹp. Anh ấy hoặc cô ấy tất nhiên là phải có những khuyết điểm nhất định, cũng như bản thân bạn cũng có những khía cạnh không tốt nào đó, bởi vì các bạn chỉ là những con người bình thường như bao nhiêu con người khác. Tuy nhiên, bên cạnh những khía cạnh không tốt đó, còn có biết bao nhiêu điều tốt đẹp đáng yêu khác. Và chính những điều đó đóng góp tích cực vào việc xây dựng hạnh phúc gia đình của các bạn. Ngược lại, sự lưu tâm đến những khuyết điểm của nhau chỉ làm tổn thương cho mối quan hệ giữa đôi bên.

Điều rất thực tiễn là, nếu bạn mong mỏi tìm được một người vợ hoặc chồng hoàn hảo về mọi khía cạnh, bạn sẽ không bao giờ gặp được một con người như thế. Và giá như có thật một con người như thế, chắc chắn là anh ta hoặc cô ta sẽ chẳng bao giờ để mắt đến bạn đâu, bởi vì làm thế nào mà bạn có thể tương xứng được với một người như thế?

Vì thế, hãy biết ơn một sự thật là bạn đã gặp được người vợ hoặc chồng có khuyết điểm. Điều đó tạo nên một sự cân đối tất yếu cần có để làm nền tảng cho một cuộc sống hòa hợp hạnh phúc, như ông bà xưa vẫn nói một cách nôm na nhưng hoàn toàn chính xác: "nồi nào, vung nấy".

Chấp nhận những khuyết điểm của nhau trong cuộc sống lứa đôi là một thái độ khôn ngoan và thực tiễn, giúp ngăn chặn ngay từ đầu rất nhiều mầm mống của sự bất hòa hay rạn nứt trong mối quan hệ vợ chồng. Nhưng đó không có nghĩa là một thái độ cam chịu, tiêu cực. Hôn nhân là một sự kết hợp lâu dài mang tính bổ khuyết cho nhau. Khuyết điểm của mỗi người tất nhiên vẫn cần phải sửa chữa, nhưng thái độ chấp nhận một khuyết điểm để dần dần thay đổi hoàn toàn khác với sự phê phán không hài lòng. Nếu hiểu đúng vấn đề, các bạn sẽ cảm thấy nhẹ nhõm đi rất nhiều mà không còn mang nặng trong lòng những bực dọc không cần thiết.

Sự chân thành cảm thông và chia sẻ những điều tốt cũng như xấu của nhau là động lực mãnh liệt giúp cả hai không ngừng phấn đấu vươn lên hoàn thiện bản thân, và nó cũng giúp cho không có ai trong hai người phải mang nặng mặc cảm về những khiếm khuyết của bản thân mình.

XÓA BỎ NHỮNG KHOẢNG CÁCH

Một trong những vấn đề tất yếu sẽ phát sinh giữa hai vợ chồng sau một thời gian chung sống là việc nhận ra những khoảng cách trong sự kết hợp giữa hai người. Cho dù bạn có may mắn đến đâu đi chăng nữa thì cũng rất hiếm khi có thể tránh được điều này.

Những khoảng cách được đề cập ở đây bao gồm nhiều khía cạnh khác nhau trong cuộc sống, nhưng tất nhiên là trong đó sẽ có những vấn đề nổi cộm lên hơn hẳn những vấn đề khác. Ngoài ra, những sự khác biệt về tư tưởng, tập quán, tôn giáo... cũng đều có thể tạo ra khoảng cách. Sự chênh lệch về trình độ tri thức, năng lực... có thể không là điều đáng quan tâm khi các bạn đến với nhau thuở ban đầu, nhưng lại là một thực tế vẫn tồn tại đó cho đến khi bạn nhận ra chúng trong cuộc sống chung.

Vấn đề của những khoảng cách là chúng tạo ra cảm giác không thoải mái khi một trong hai người cảm thấy mình thua kém. Và nếu mặc cảm đó không sớm được hóa giải đi một cách khéo léo, nó có thể trở thành một trong những nguyên nhân làm suy giảm hạnh phúc gia đình.

Thái độ khôn ngoan đối với những khoảng cách giữa hai người là sự đối mặt không tránh né để xóa bỏ chúng đi. Để đạt được điều đó, đòi hỏi ở mỗi người đều phải có sự cảm thông và chân thành chia sẻ. Chẳng hạn, nếu bạn có một trình độ tri thức vượt xa hơn người bạn đời của mình, bạn cần khéo léo bày tỏ bằng cả lời nói và việc làm để anh ấy hoặc cô ấy biết rằng đó không thể là nguyên nhân dẫn đến sự ngăn cách giữa hai người.

Việc xóa bỏ những khoảng cách khi yêu nhau có vẻ như là một vấn đề không cần thiết, vì rất ít khi các bạn quan tâm đến điều ấy trong giai đoạn này. Tuy nhiên, trong cuộc sống vợ chồng thì điều này đặc biệt đóng vai trò rất quan trọng. Bất kỳ một mặc cảm chênh lệch nào không sớm được giải tỏa đều có thể sẽ âm ỉ tồn tại để rồi ít nhiều làm tổn thương đến sự gắn bó của hai người.

Tự thân mỗi người cần phải thành thật xóa bỏ đi ý tưởng "vượt trội" hơn người kia về một khía cạnh nào đó. Khi kết hợp với nhau trong cuộc sống vợ chồng, các bạn đã là một phần của nhau. Trình độ, năng lực hay bất cứ khía cạnh vượt trội nào của một trong hai người cần phải được xem là niềm tự hào chung cho cả hai. Bạn đã tiếp nhận anh ấy hoặc cô ấy như một "phần thứ hai" của chính bản thân mình, vì thế mà không có lý do gì để nảy sinh cảm giác cao ngạo về một khía cạnh vượt trội của mình, càng không thể nảy sinh mặc cảm vì một sự thua kém về một khía cạnh nào đó.

Đây là một vấn đề khá tế nhị rất ít khi được sớm nhận ra, nhưng là một vấn đề hoàn toàn có thật và phổ biến trong hầu hết các quan hệ hôn nhân. Và đây có thể là vấn đề đặc biệt nghiêm trọng khi nó trở thành nguyên nhân gây ra những vấn đề khác. Nhưng điều may mắn là nó lại rất dễ giải quyết. Khi bạn thừa nhận nó, bạn sẽ dễ dàng nhận ra những khoảng cách nào đang hiện hữu giữa hai người. Và chỉ cần cả hai đều nhận thức đúng thì vấn đề tự nó xem như đã được giải quyết.

Nhiều người rất ngại đặt ra vấn đề này, nhưng họ không biết rằng dù có công khai bày tỏ hay không thì vấn đề vẫn là có thật. Dù bạn có cố tình phớt lờ đi thì rồi một ngày nào đó bạn vẫn phải thừa nhận sự thật. Tuy nhiên, việc thừa nhận muộn màng khi đã có điều gì đó xảy ra sẽ không mang lại cho bạn kết quả tốt đẹp như việc giải quyết vấn đề ngay từ đầu. Nói cho cùng, nếu bạn biết đó là việc không thể né tránh, tại sao không làm ngay hôm nay để có thể ngăn chặn được biết bao điều đáng tiếc về sau?

HÃY TÔN TRỌNG LẪN NHAU

Quan hệ hôn nhân được khởi đầu từ tình yêu đôi lứa, điều đó không có gì phải bàn cãi. Nhưng trong cuộc sống vợ chồng, yêu thương nhau và biết tôn trọng lẫn nhau là hai việc hoàn toàn khác biệt. Để thực sự biết tôn trọng lẫn nhau, bạn cần phải có một sự lưu tâm nhất định, vì thật không may là điều đó lại thường không xảy ra một cách tự nhiên.

Biết tôn trọng lẫn nhau là một chất liệu tuyệt vời để nuôi dưỡng tình yêu mà nhiều người thường không quan tâm đến. Người xưa đã rất sâu sắc khi dùng từ "tương kính" để mô tả một quan hệ tốt giữa vợ chồng với nhau.[1] Mặc dù vậy, có rất nhiều yếu tố tâm lý thông thường khiến cho chúng ta thiếu sự tôn trọng lẫn nhau trong quan hệ vợ chồng.

Một trong các nguyên nhân thường gặp nhất là thiếu hiểu biết về sự cần thiết cũng như những lợi ích của việc biết tôn trọng lẫn nhau. Chúng ta coi thường nhau một cách hoàn toàn vô tình, chỉ vì chúng ta đã quá thân thiết với nhau. Nhưng điều này là bất lợi vì nó không có tác dụng nuôi dưỡng cho quan hệ của chúng ta ngày càng tốt đẹp hơn. Ngược lại, sự tôn trọng lẫn nhau mang lại cảm giác thoải mái và thỏa mãn cho cả đôi bên, và vì thế nó nuôi dưỡng tình yêu của chúng ta ngày càng thắm thiết hơn.

Bạn cảm thấy như thế nào khi một đề nghị nào đó của bạn bị bác bỏ mà không có sự giải thích cảm thông thỏa đáng? Tôi không nghĩ đó có thể là một cảm giác dễ chịu chút nào. Thế nhưng, trong quan hệ thường ngày giữa vợ chồng với nhau chúng ta lại rất thường làm điều đó. Bạn có thể nghĩ là điều

---

[1] Tương kính như tân (相敬如賓), nghĩa là tôn trọng lẫn nhau như đối với vị khách quý.

đó không quan trọng lắm. Bạn cũng có thể nghĩ là vì không có thời gian, vì có quá nhiều những công việc khác đang cần giải quyết. Suy cho cùng, đều là những công việc chung của gia đình, hẳn là anh ấy (hay cô ấy) phải biết chứ... vân vân và vân vân... Có vô số lý do để chúng ta làm thế, nhưng không có lý do nào có thể làm thay đổi được kết quả của vấn đề.

Sự thiếu tôn trọng lẫn nhau được thể hiện qua rất nhiều sự việc thông thường hằng ngày mà hầu hết trong đó chúng ta đều xem là nhỏ nhặt. Cô ấy đang xem một chương trình ti-vi nào đó, và bạn cầm lấy hộp điều khiển từ xa để chuyển sang một kênh khác xem bóng đá. Chuyện nhỏ mà! Hết giờ làm việc, bạn gặp một người bạn cũ và cùng nhau đi dùng cơm nhưng không điện thoại về nhà, để cô ấy chờ cơm hơn một tiếng đồng hồ. Chuyện nhỏ mà! Nhưng ngay cả những việc đơn giản như thế cũng có thể bộc lộ cho thấy các bạn thiếu sự tôn trọng lẫn nhau. Thông thường thì chúng ta cũng không lưu tâm nhiều lắm khi những sự việc như thế diễn ra thường xuyên mỗi ngày, nhưng điều đó hoàn toàn không có nghĩa là mọi việc trôi qua mà không để lại ấn tượng gì.

Khi chúng ta bắt đầu bày tỏ sự tôn trọng đối với vợ hay chồng mình qua cách ứng xử thích hợp trong từng sự việc, chúng ta thường sẽ nhận lại được những phản ứng tích cực tương ứng. Và cứ thế, mọi việc sẽ tiếp tục diễn ra theo chiều hướng ngày càng tích cực hơn. Bạn thấy đấy, chỉ cần nhận thức đúng được vấn đề thì tất cả những gì diễn ra sau đó có vẻ như đều sẽ dễ dàng.

Việc tôn trọng lẫn nhau rõ ràng là một điều hợp lý và có lợi, chỉ vì chúng ta vốn có thói quen không lưu tâm đến nó mà thôi. Nếu bạn thử một lần suy nghĩ lại và bắt đầu mọi việc theo chiều hướng này, không bao lâu bạn sẽ tự cảm nhận được ngay những ý nghĩa tích cực của vấn đề.

BÀY TỎ TÌNH YÊU CỦA BẠN

Tất nhiên là các bạn đã rất nhiều lần nói lời yêu nhau trước khi tiến đến hôn nhân. Nhưng vấn đề ở đây là bạn có tiếp tục làm như thế sau một, hai hoặc năm năm chung sống với nhau hay chăng? Cho dù sự việc có vẻ như không cần thiết phải diễn đạt bằng lời, nhưng một tâm lý chung trong tất cả chúng ta là chưa bao giờ chúng ta cảm thấy nhàm chán khi nghe những lời bày tỏ tình yêu của vợ hoặc chồng mình, miễn là những lời ấy vẫn được nói ra với một sự chân thành.

Những lời yêu thương dành cho nhau thật quý giá biết bao, vì nó mang lại cho chúng ta cảm giác hạnh phúc tuyệt vời khi biết mình đang được yêu thương. Và quả thật là chẳng tốn kém gì khi chân thành bày tỏ tình yêu trong lòng chúng ta với người ta yêu. Nhưng điều vô lý vẫn thường xảy ra là hầu hết chúng ta không thường xuyên làm điều đó. Chúng ta đã tự mình đánh mất đi những giây phút đẹp của nhau khi bỏ qua không lưu tâm đến việc bày tỏ tình yêu của mình. Chính vì điều này mà nhiều người cho rằng tình yêu đã kết thúc sau hôn nhân, và quan hệ tiếp nối giữa hai người chỉ còn là trách nhiệm lớn lao trong việc tạo dựng và nuôi dưỡng một gia đình. Quan điểm này thật bi quan biết bao! Chúng tôi không phủ nhận những khó khăn vất vả tất nhiên trong cuộc sống khi phải cùng nhau tạo lập sự nghiệp, nuôi dưỡng con cái, nhưng tất cả những điều đó hoàn toàn không ngăn cản chúng ta tiếp tục yêu nhau. Thậm chí, tình yêu chân thành còn có sức mạnh tiếp sức cho mỗi chúng ta để vượt qua những khó khăn vốn không bao giờ chấm dứt trong cuộc sống.

Chúng tôi biết không ít cặp vợ chồng vẫn yêu nhau chân thành qua nhiều tháng năm chung sống, nhưng lại rất hiếm khi nói với nhau những lời yêu thương như thuở ban đầu. Phần lớn trong số họ cho rằng điều đó không còn cần thiết nữa khi họ đã quá hiểu lòng nhau. Hơn nữa, những khó khăn vất vả trong cuộc sống, sự bận rộn tất nhiên trong việc chăm sóc nuôi dưỡng con cái, đều là những nguyên nhân khiến cho họ dễ dàng quên đi việc bày tỏ tình yêu của mình.

Nhưng điều đó thật vô lý. Bởi vì bạn có thể tự xét tâm lý của chính mình để hiểu đúng vấn đề. Cho dù bạn có thể hoàn toàn không chút hoài nghi về tình yêu mà anh ấy hay cô ấy dành cho bạn vì nó đã được chứng minh qua thời gian chung sống, nhưng bạn sẽ cảm thấy như thế nào khi anh ấy hay cô ấy nhìn sâu vào mắt bạn và nói lên một cách chân thành những lời yêu thương ngọt ngào nhất? Chúng tôi không tin là bạn lại có thể không rung động. Nhiều người đã nói với chúng tôi rằng, vào những lúc ấy họ như được sống lại với những giây phút thuở ban đầu, khi họ lần đầu tiên được nếm trải tình yêu.

Rõ ràng là khi sống chung cùng nhau, các bạn không thiếu những cơ hội để bày tỏ tình yêu của mình. Vấn đề ở đây là các bạn cần có một nhận thức đúng về vấn đề mà thôi. Những lời yêu thương được nói ra với nhau một cách chân thành sẽ không bao giờ là thừa cả.

Hơn thế nữa, bạn còn có thể bày tỏ tình yêu của mình bằng việc quan tâm thực hiện cho nhau những điều tốt đẹp nào đó. Vấn đề không ở chỗ bạn làm điều gì, mà quan trọng nhất là ở chỗ bạn làm điều đó như thế nào. Một người bạn kể với chúng tôi câu chuyện thú vị vào lúc mà gia đình anh ta vẫn đang trong giai đoạn rất khó khăn về tài chính, và công việc thì tất bật mỗi ngày đến nỗi dường như không thể quan tâm đến bất cứ điều gì khác ngoài công việc. Một buổi sáng kia, vợ anh ta đã thực sự ngạc nhiên khi bước vào phòng tắm. Cô ấy ngỡ ngàng nhìn thấy một tấm gương soi mới và một chai dầu gội đầu "khá hơn" loại mà cô ấy vẫn dùng hằng ngày. Và khi cô ấy vừa quay lại thì vừa lúc anh ta đã đứng sẵn nơi đó, mỉm cười và nhìn thẳng vào mắt cô: "Hôm nay là kỷ niệm ngày cưới của chúng ta. Em có biết không, anh yêu em!"

Ngày nay, những người bạn này nói với tôi là họ có thể mua sắm cho nhau những thứ đắt tiền hơn nhiều so với món quà đơn sơ ấy, nhưng cả hai đều không ngần ngại khi nói cho tôi biết là trước đây họ đã vui như thế nào và tình cảm của họ được bồi đắp ra sao bằng việc tặng nhau những món quà "nhỏ nhặt" theo cách như thế. Vấn đề rõ ràng là không cần đợi đến khi có được những món quà đắt tiền, mà là biết bày tỏ tình yêu của nhau như thế nào ngay trong những lúc khó khăn nhất.

Cách tốt nhất để một người biết và tin rằng mình đang được yêu thương là được nghe người yêu của mình bày tỏ điều đó. Trong cuộc sống chung, nếu các bạn thường xuyên làm như thế, chắc chắn các bạn sẽ cảm nhận được niềm vui của một tình yêu luôn được nuôi dưỡng mà không bị xói mòn theo năm tháng.

Bạn cũng có thể dễ dàng thấy rõ là vấn đề hoàn toàn không có gì khó khăn phức tạp. Và bạn có thể thực hiện nó trong bất cứ hoàn cảnh nào. Chỉ cần các bạn chịu quan tâm, các bạn sẽ biết cách bày tỏ tình yêu của mình. Và đơn giản nhất, chỉ cần các bạn thường xuyên nói cho nhau biết về tình yêu của mình. Điều đó vừa là nói lên một sự thật, vừa là một cách tuyệt vời để nhắc nhở và nuôi dưỡng tình yêu của nhau.

Thói quen cũng đóng một vai trò quan trọng trong việc bày tỏ tình yêu với nhau. Rất nhiều người trong chúng ta, những người lớn lên trong xã hội phương Đông, đã quen với sự kín đáo và tế nhị trong tình cảm. Bạn cần chọn cách bày tỏ tình yêu của mình sao cho phù hợp với điều đó. Tuy nhiên, nói như thế không có nghĩa là các bạn phải hạn chế nói với nhau những lời yêu thương, vấn đề là phải chọn nói với nhau vào lúc nào và nói như thế nào. Hơn nữa, suy cho cùng thì thói quen cũng chỉ là thói quen mà thôi, nghĩa là những gì đã được tạo ra qua một thời gian lập lại. Vì thế, hãy hoàn toàn thoải mái trong việc chọn những cách giao tiếp thích hợp cho riêng mình. Điều quan trọng nhất vẫn là ở chỗ bạn quan tâm đến tính chất tích cực của vấn đề và luôn tìm một cách nào đó để thực hiện nó. Nếu bạn không tin chúng tôi, hãy thử thảo luận vấn đề này với vợ hoặc chồng của mình xem sao!

HIỂU ĐÚNG VỀ SỰ BÌNH ĐẲNG

Ngày nay có rất nhiều sách báo nói về sự bình quyền nam nữ, và từ đó dẫn đến khái niệm bình đẳng trong quan hệ vợ chồng. Để có được tiếng nói chung về vấn đề này, xã hội loài người đã phải trải qua không ít khó khăn trên một chặng đường tiến hóa khá dài. Tuy nhiên, vẫn còn không ít người đã vận dụng không đúng những khái niệm tốt đẹp này trong quan hệ vợ chồng.

Trước hết, chúng ta đang sống trong một xã hội phương Đông với những truyền thống văn hóa khác biệt nhất định với nền văn minh phương Tây, mà bất cứ một sự tiếp thu hay hòa nhập nào trong thời đại mới đều hoàn toàn không có nghĩa là một sự triệt tiêu hay biến chất. Tổ chức gia đình trong xã hội phương Đông cũng như mối quan hệ giữa các thành viên trong gia đình có ít nhiều khác biệt với xã hội phương Tây. Và do đó, điều tất nhiên là khái niệm bình đẳng giữa vợ chồng cũng cần được hiểu đúng trong bối cảnh cụ thể của từng xã hội.

Thứ hai, sự phân công trách nhiệm tự nhiên trong gia đình vốn xuất phát từ sự khác biệt giới tính là không thể phủ nhận được. Chẳng hạn như không thể buộc người vợ phải đảm nhận những công việc nặng nề cần đến sức mạnh của nam giới, cũng như không thể buộc người chồng phải quán xuyến những công việc hằng ngày trong gia đình hay chăm sóc con cái, vốn là những công việc cần đến đôi bàn tay khéo léo dịu dàng của người phụ nữ. Tuy nhiên, những khác biệt này hoàn toàn không có nghĩa là không bình đẳng, mà chỉ là một sự phân công trách nhiệm hợp lý để phù hợp với cả đôi bên.

Thật ra thì những bất công trong xã hội phong kiến trước đây đối với người phụ nữ vốn bắt nguồn từ tầng lớp trung lưu và quý tộc với những nề nếp lễ giáo thường là nghiêm khắc đến mức bất hợp lý, còn đối với tầng lớp dân gian tay lấm chân bùn thì quan điểm bình đẳng tôn trọng lẫn nhau trong quan hệ vợ chồng vốn đã có từ rất sớm. Trong câu tục ngữ: "Của chồng, công vợ", chúng ta thấy được cả một quan điểm chính xác và hợp lý mà thậm chí các quan tòa ngày nay cũng vẫn phải tuân theo khi phán xét những vụ ly hôn. Chính trong cuộc sống lao động khó khăn nhưng thấm đẫm tình người đã giúp cho người xưa thấy rõ ra được những điều có tính cách công bằng hợp lý tương tự như thế.

Xã hội ngày nay đang chuyển biến một cách mạnh mẽ, nhanh chóng. Số phụ nữ bước ra khỏi ngưỡng cửa gia đình để đảm nhận những công việc xã hội ngày càng nhiều hơn, thay vì chỉ quanh quẩn coi sóc việc nhà và chăm lo cho con cái như trước kia. Hơn thế nữa, nhiều phụ nữ đã có mức thu nhập đóng góp vào gia đình cao bằng hoặc hơn cả nam giới. Và điều này tất nhiên là làm thay đổi đi rất nhiều nề nếp sinh hoạt trong gia đình.

Trong bối cảnh đó, hơn bao giờ hết, khái niệm bình đẳng như một trong các nguyên tắc ứng xử giữa vợ chồng với nhau rất cần được tôn trọng và hiểu đúng.

Một số người cho rằng bình đẳng có nghĩa là ngang bằng như nhau, và do đó trách nhiệm gia đình cần phải được chia đều giữa hai người, cũng như quyền quyết định mọi việc trong gia đình cũng phải được chia sẻ như nhau. Quan điểm này không sai, nhưng các bạn sẽ hiểu thế nào về việc "chia đều"? Chúng tôi không nghĩ là mọi thứ liên quan đều có thể đặt lên bàn cân hoặc đo lường để xác định. Hơn thế nữa, cho đến ngày nay thì quan hệ hôn nhân trong xã hội phương Đông vẫn là một mối quan hệ không chấp nhận những tính toán so đo hơn thiệt. Đối với chúng ta, một quan hệ hôn nhân gắn bó tốt đẹp hoàn toàn không có nghĩa là đôi bên phải có sự đóng góp bình đẳng như nhau vào cuộc sống chung, nhất là về mặt vật chất. Những cách nghĩ như thế khá xa lạ với truyền thống văn hóa và đạo đức của phương Đông. Vấn đề được nhấn mạnh ở đây bao giờ cũng là tính chất tự nguyện và quên mình để hy sinh cho nhau. Câu chuyện về những người phụ nữ hiền thục hết lòng chăm lo cho chồng con trong suốt cuộc đời mình đến nay vẫn làm cảm động lòng người mà không hề lỗi thời. Vì thế, chúng ta có thể thấy ra một điều là quan hệ bình đẳng giữa vợ chồng không nhất thiết và không nên được hiểu theo khía cạnh vật chất.

Khi cả hai đều tự nguyện quên mình để hy sinh cho nhau trong cuộc sống, vấn đề không còn là ở chỗ ai đóng góp nhiều hơn hoặc ai nhận được nhiều hơn, mà vấn đề là ở mức độ chân thành mà cả hai dành cho nhau. Sự khác biệt về phần đóng góp của mỗi người vào cuộc sống chung có thể không quan trọng, nhưng tình cảm dành cho nhau nhất thiết phải không khác biệt, và bất cứ một sự thiếu trung thực nào trong quan hệ vợ chồng đều rất đáng để chê bai, chỉ trích.

Sẽ còn rất nhiều khía cạnh của vấn đề mà chúng ta không thể đề cập đến một cách đầy đủ trong phạm vi của quyển sách nhỏ này. Tuy nhiên, điểm chính muốn nói ở đây là tính chất bình đẳng trong quan hệ hôn nhân nên được hiểu trước hết và trên hết như một mối quan hệ mà đôi bên đều phải chân thành tôn trọng lẫn nhau và hy sinh cho nhau. Thiếu đi yếu tố này, những ý nghĩa cao đẹp trong quan hệ hôn nhân - một cam kết gắn bó trọn đời bất chấp những thăng trầm trong cuộc sống - sẽ có thể bị thương tổn nặng nề. Ngược lại, xuất phát từ yếu tố cơ bản này thì mọi vấn đề chi li phức tạp khác trong mối quan hệ hôn nhân có vẻ như tự chúng đều sẽ được giải quyết.

Khi cả hai đều tôn trọng lẫn nhau, sẽ không có vấn đề đặt ra là ai có quyền hạn hơn ai, mà chỉ có một sự phối hợp hài hòa để cùng nhau giải quyết mọi công việc trong gia đình. Khi cả hai đều quên mình để hy sinh cho nhau, sẽ không có vấn đề đặt ra là ai đóng góp nhiều hơn ai, mà chỉ có một sự nỗ lực nơi tự thân mỗi người để cùng nhau xây dựng gia đình. Chính đây là nhân tố quyết định để xóa bỏ rất nhiều nguyên nhân gây rạn nứt trong quan hệ hôn nhân, nhất là trong thời đại hiện nay vốn rất dễ chịu sự chi phối lớn lao của yếu tố vật chất.

Bình đẳng trong quan hệ vợ chồng là một khái niệm tốt đẹp và tiến bộ. Bạn rất nên dành thời gian cùng nhau thảo luận để thống nhất cách hiểu về khái niệm này, nhưng hãy thận trọng đừng để nó trở thành một nguyên nhân gây bất hòa trong gia đình bạn.

TÌNH YÊU VÀ TÌNH BẠN

Cho dù các bạn gặp nhau trong bối cảnh như thế nào, chúng tôi tin là các bạn vẫn còn giữ được ít nhiều những ấn tượng khó phai của một thuở ban đầu. Trong hầu hết các trường hợp thường gặp, tình yêu luôn phát triển từ tình bạn. Chúng ta đến với nhau từ ngày quen biết ban đầu như những người bạn, và rồi có những điểm nhất định nào đó - đôi khi không dễ nói ra hết được - lôi cuốn chúng ta trở thành đôi bạn ngày càng thân thiết gắn bó hơn, cho đến một ngày kia...

Chúng tôi không biết là thiên tình sử của riêng bạn có thể khác đi như thế nào, nhưng nếu chấp nhận một điểm chung nhất cho hầu hết mọi quan hệ hôn nhân thì có lẽ đó là sự khởi đầu từ tình bạn. Tuy nhiên, một trong những điều vô lý thường gặp nhất là hầu hết chúng ta không mấy khi nghĩ về tình bạn ấy khi đã sống với nhau như vợ chồng.

Có lẽ cần nói thêm đôi điều ở đây để làm cho nhận xét này trở nên rõ ràng hơn. Có những khác biệt nhất định giữa tình bạn với tình yêu, cũng như với quan hệ vợ chồng. Tuy nhiên, những khác biệt đó thật ra là một sự hàm chứa theo từng mức độ phát triển tình cảm, mà không phải là sự triệt tiêu. Nói cách khác, trong tình yêu có hàm chứa tình bạn, và trong quan hệ vợ chồng tất nhiên là bao hàm cả tình yêu và tình bạn. Vấn đề nghe có vẻ đơn giản nhưng lại rất ít khi được chúng ta quan tâm đúng mức.

Tâm lý thông thường là khi đã sống chung với nhau, chúng ta thường đánh mất đi rất nhiều điểm tốt đẹp trước đây trong tình bạn. Điều này có những lý do của nó. Khi các bạn thực sự đã dành trọn cho nhau cả tinh thần lẫn vật chất, cả tình cảm lẫn thể xác, các bạn thường tự cho là mình có quyền bỏ qua đi những điều nhỏ nhặt. Tuy nhiên, thật không may là những điều nhỏ nhặt lại không thực sự nhỏ nhặt trong ý nghĩa là chúng có thể góp phần tạo ra những ấn tượng không tốt về nhau.

Khi một người bạn đề nghị giúp đỡ và chúng ta không thể đáp ứng lời đề nghị đó, chúng ta thường cảm thấy muốn giải thích rõ lý do để tạo sự cảm thông, cũng như bày tỏ sự hối tiếc của mình về việc đã không giúp được. Bạn có thường làm thế với vợ hoặc chồng của mình không? Nếu bạn cũng giống như đa số người khác, tôi e là không. Điều đó khá dễ hiểu, chúng ta mặc nhiên cho rằng vợ hoặc chồng của mình hẳn là đã hiểu được điều đó mà không cần phải giải thích. Hoặc đơn giản hơn nữa, chúng ta cho rằng có những chuyện quan trọng khác cần làm hơn là dành thời gian để giải thích với vợ hoặc chồng mình; bởi vì bạn nghĩ rằng cho dù có hay không có một sự giải thích như thế thì cũng sẽ chẳng có vấn đề gì xảy ra cả. Nói cho cùng, đã sống chung cùng nhau thì việc gì phải quan tâm đến những điều vụn vặt quá kia chứ?

Khi một người bạn bày tỏ với chúng ta một mong ước hoặc một dự tính tương lai nào đó, chúng ta thường bày tỏ sự cảm thông và ủng hộ, ít nhất là về mặt tinh thần. Bạn có thường làm thế với vợ hoặc chồng của mình không? Hay bạn sẽ làm giống như nhiều người khác là liên hệ ngay những mong ước hoặc dự tính ấy với hoàn cảnh gia đình để rồi nhanh chóng đưa ra những ý kiến phản bác, như thể là nếu không thì cô ấy (hay anh ấy) sẽ thực hiện ngay những điều đó trong nay mai!

Khi một người bạn làm giúp chúng ta một phần công việc nào đó, chúng ta cảm thấy cần phải bày tỏ sự biết ơn của mình bằng cả lời nói lẫn việc làm. Bạn có thường làm thế với vợ hoặc chồng của mình không? Nếu bạn cũng như bao nhiêu người khác, bạn sẽ mặc nhiên xem đó như một trong những đóng góp chung vào cuộc sống gia đình và do đó không cần thiết phải bày tỏ sự biết ơn. Cô ấy giặt quần áo giúp bạn? Chuyện tất nhiên. Anh ấy đón bạn ở sở làm và đưa về nhà? Chuyện tất nhiên. Cô ấy quán xuyến công việc nhà và coi sóc con cái để bạn có thể đi chơi với bạn bè trọn ngày chủ nhật? Cũng là chuyện tất nhiên. Vân vân và vân vân...

Trong thực tế, những cách suy nghĩ như trên chỉ là theo quán tính và hoàn toàn không hợp lý. Chỉ cần bạn thay đổi nhận thức và ứng xử khác đi, bạn sẽ thấy ngay tác dụng hoàn thiện của nó trong quan hệ gia đình.

Trong cả ba trường hợp nêu trên, nếu bạn ứng xử như những người bạn tốt với nhau, bạn sẽ dễ dàng nhận ra sự hài lòng của vợ hoặc chồng mình, và điều đó cũng có nghĩa là quan hệ giữa hai người được cải thiện đáng kể.

Khi vợ bạn bày tỏ mong ước về một chuyến du lịch vịnh Hạ Long chẳng hạn, phản ứng tâm lý đầu tiên của bạn thường là liên tưởng ngay đến chi phí của một chuyến đi như thế, cùng với thu nhập hiện tại của gia đình và bao nhiêu những khoản chi tiêu cần thiết khác. Và thế là bạn đưa ra một loạt những lý do để biện bác và nói cho cô ấy biết ngay là một mong ước như thế không thực tế, không thể thực hiện được... Cách khôn ngoan hơn không phải là như thế. Một mong ước chỉ là mong ước, và trong chừng mực đó nó không có gì là sai trái. Bạn có thể chân thành bày tỏ sự tán thành theo một cách nào đó, bởi vì tự thân bạn chắc chắn cũng có những niềm mong ước nào đó tương tự như vậy. Bạn không cần phải bận tâm về việc giải thích tính khả thi của vấn đề, bởi vì tự cô ấy cũng có thể nhận biết được điều đó. Vấn đề không phải là niềm mong ước đó có trở thành hiện thực hay không, mà là ở chỗ bạn có chân thành cảm thông và chia sẻ hay không. Điều đó có ý nghĩa lớn hơn trong quan hệ tình cảm giữa hai người.

Điều cần nhắc lại ở đây là, những cung cách ứng xử tốt đẹp với nhau tương tự như thế thật ra hoàn toàn không phải là những bài học mới. Bạn đã thừa biết trong quan hệ giữa bạn bè với nhau. Tuy nhiên, điểm mấu chốt của vấn đề là ở chỗ bạn không thường áp dụng chúng trong quan hệ vợ chồng. Đó là điều không hợp lý, và chính sự không hợp lý đó là một trong những nguyên nhân dẫn đến sự cạn kiệt dần chất liệu nuôi dưỡng tình yêu đôi lứa trong cuộc sống vợ chồng.

Điều cần nhớ là, tình yêu phải hàm chứa cả tình bạn trong nó. Và trước khi là một đôi vợ chồng tốt, các bạn nhất thiết phải là đôi bạn rất tốt của nhau. Trong quan hệ vợ chồng, hãy nhớ đừng bao giờ đối xử với nhau kém hơn là những người bạn tốt!

CHIA SẺ CÙNG NHAU TẤT CẢ

Đối với tôi, hình ảnh người đàn bà được làm ra từ một cái xương sườn của người đàn ông là một hình tượng mang nhiều ý nghĩa sâu sắc ngay từ lần đầu tiên tôi đọc thấy trong Kinh Thánh. Tôi không quan tâm đến việc một câu chuyện như thế có thực sự đã từng xảy ra hay không, nhưng quả thật là nếu chúng ta có thể tin vào một điều tương tự như thế trong quan hệ hôn nhân, có lẽ mọi chuyện đều sẽ dễ dàng trở nên tốt đẹp hơn.

Khi hai người thực sự gắn bó với nhau như một - mỗi người là một phần của nhau - mối quan hệ hôn nhân chắc chắn sẽ tốt đẹp đến mức không sao còn có thể tốt đẹp hơn nữa. Nhưng thực tế vẫn là thực tế, dù sao thì chúng ta vẫn là những con người riêng rẽ với những tình cảm và suy nghĩ khác nhau. Vì thế, sự "gắn bó như một" là một điều gì đó không thể tự nhiên có được, mà chúng ta cần phải biết chủ động tạo ra nó. Hơn thế nữa, chúng ta chỉ có thể tạo ra điều tốt đẹp đó qua những phương thức thực tế mà chúng ta chọn để cư xử với nhau, chứ không đơn giản chỉ bằng vào sự ràng buộc do hôn nhân mang lại.

"Gắn bó như một" không chỉ có nghĩa là một sự ràng buộc không thể tách rời nhau, mà hơn thế nữa, nó còn có nghĩa là một sự chia sẻ cùng nhau mọi chuyện, tất nhiên là cả những chuyện tốt cũng như chuyện xấu, những chuyện hài lòng cũng như những chuyện bực mình... Đây là điều mà một đôi khi chúng ta không làm chỉ đơn giản vì chúng ta chưa tin được rằng như thế sẽ tốt đẹp hơn cho mối quan hệ giữa hai người.

Chia sẻ với nhau niềm vui hay những điều tốt đẹp là chuyện dễ hiểu. Nhưng vì sao phải chia sẻ nhau cả những chuyện không tốt hoặc những chuyện làm chúng ta không hài lòng? Bởi vì chỉ có như thế chúng ta mới hoàn toàn xóa bỏ được mọi khoảng cách giữa hai người, tạo ra một sự cảm thông sâu sắc và cảm giác "gắn bó như một" với nhau.

Khi hiểu được cả những cảm xúc không tốt hoặc thậm chí là khó chịu của nhau, chúng ta sẽ cảm thấy hiểu nhau trọn vẹn hơn và cũng đặt niềm tin vào nhau nhiều hơn. Mặt khác, khi bày tỏ với nhau tất cả những gì chất chứa trong lòng, ngay cả là những điều không tốt đẹp, chúng ta sẽ cảm thấy nhẹ nhõm, thoải mái hơn và không mang nặng mặc cảm về bất cứ điều gì mà chúng ta nghĩ là không được tốt đẹp.

Trong cuộc sống chung, có rất nhiều điều mà chúng ta ngần ngại không muốn bày tỏ cùng nhau, nhưng hầu như quyết định đó chẳng bao giờ là đúng cả. Nó luôn tạo ra cho chúng ta một cảm giác cách biệt giữa hai người, rằng có một cái gì đó mà chúng ta chưa hoàn toàn chia sẻ với nhau nên vẫn còn không thể là "gắn bó như một" cùng nhau được.

Một hệ quả tất nhiên khác nữa là chúng ta hầu như khó lòng che giấu mãi mãi bất cứ chuyện gì đối với người bạn đời của mình, ngay cả những cảm xúc hoặc suy nghĩ. Không sớm thì muộn, mọi thứ đều sẽ không còn có thể che giấu được nữa. Và một khi điều đó xảy ra một cách không tự nguyện, niềm tin của mỗi người đặt vào người kia sẽ bị thương tổn nghiêm trọng. Vì thế, việc chia sẻ với nhau tất cả bao giờ cũng là quyết định khôn ngoan nhất.

Các bạn cần có nhiều thời gian để có thể làm được chuyện này - chia sẻ cùng nhau tất cả mọi chuyện. Nhưng khi nó đã trở thành một thói quen trong nếp sống chung của các bạn, bạn sẽ được đền bù xứng đáng. Khi hai người đã gắn bó với nhau như một, bất cứ điều gì xảy ra với người này cũng là có liên quan mật thiết đến người kia. Và do đó, tình yêu của các bạn sẽ ngày càng thắm thiết, gắn bó nhau hơn mà không thể nào phai nhạt với thời gian như nhiều người vẫn tưởng.

HÃY ĐỂ CHO MỌI VIỆC QUA ĐI

Người ta vẫn thường so sánh cách hoạt động và lưu trữ thông tin của máy vi tính như là sự bắt chước theo cấu trúc và hoạt động của bộ não con người. Tuy vậy, có những khác biệt nhất định mà chúng ta có thể dễ dàng nhận ra. Một trong những khác biệt đó là khả năng ghi nhớ. Mỗi máy tính đều có một dung lượng nhớ nhất định có thể đo lường, nhưng bộ não chúng ta thì không. Chúng ta sống và hoạt động suốt cuộc đời mà chưa bao giờ gặp phải một "thông báo thiếu bộ nhớ" kiểu như máy vi tính.

Điều gì đã giúp chúng ta làm được điều kỳ diệu này? Đó là vì ngoài khả năng "ghi vào", bộ não chúng ta còn có khả năng "tự xóa bỏ" những thông tin không còn cần thiết nữa. Sự chọn lọc này rất thường khi là xảy ra một cách hoàn toàn "tự động" mà không cần đến sự quan tâm có ý thức của chúng ta. Tuy nhiên, trong một vài khía cạnh nhất định, chúng ta cần phải chủ động bắt chước theo và định hướng cho nguyên tắc này để có thể tạo ra một môi trường tình cảm tốt đẹp hơn.

Vấn đề sẽ dễ hiểu hơn nếu chúng ta thử quan sát chính mình để thấy được những gì chúng ta đã quên và còn nhớ. Có những điều rất xa xôi nhưng chúng ta vẫn còn nhớ rõ như mới hôm qua, nhưng ngược lại, có những chuyện chỉ mới xảy ra vào tuần trước mà chúng ta dường như không thể nhắc lại được là chúng đã xảy ra như thế nào. Cơ chế quên và nhớ của chúng ta không đơn giản chỉ dựa vào yếu tố thời gian - mặc dù đó là một trong các yếu tố - mà còn dựa vào một số những nguyên tắc phức tạp khác.

Một trong các nguyên tắc ấy là nguyên tắc ấn tượng. Sự việc tạo ra ấn tượng càng mạnh thì càng được ghi nhớ lâu hơn. Và ấn tượng được đề cập ở đây được hiểu là bao gồm cả những ấn tượng tốt và xấu. Vì thế, chúng ta không lấy làm lạ khi thấy là không chỉ những người ta yêu thương được nhớ đến, mà cả những người gây nhiều khó chịu, bực dọc cho ta nhất cũng sẽ được nhớ đến rất lâu.

Vấn đề ở đây là chúng ta cần biết vận dụng nguyên tắc quên và nhớ. Ghi nhớ những điều tốt đẹp mang lại cho chúng ta cảm giác tốt đẹp và do đó tạo ra một môi trường tình cảm tích cực. Ngược lại, khi nhớ đến những gì không tốt đẹp đã xảy ra trong quá khứ, chúng ta cũng sống lại những cảm giác không tốt đẹp và do đó làm cho môi trường tình cảm trở nên xấu đi.

Như đã nói, việc ghi nhớ những ấn tượng xấu được diễn ra một cách tự nhiên. Vì thế, để chủ động tạo ra một môi trường tình cảm tích cực hơn, chúng ta cần biết cách quên chúng đi.

Quên chúng đi không có nghĩa là không còn nhớ đến. Dù rất muốn làm như thế, chúng ta cũng sẽ không sao làm được, bởi vì điều đó nằm trong phần hoạt động ngoài tầm kiểm soát chủ động của ý thức. Chẳng thế mà chúng ta rất thường gặp những trường hợp "càng muốn quên đi lại càng nhớ đến". Vì thế, "quên chúng đi" ở đây nên được hiểu theo ý nghĩa là "phớt lờ" đi, đừng quan tâm nhắc đến chúng. Đây là điều tốt nhất mà bạn có thể làm được để tạo ra một môi trường tình cảm tích cực. Và cũng theo nguyên tắc ấn tượng, khi bạn phớt lờ không lưu tâm đến một chuyện cũ không tốt đẹp, không bao lâu nó sẽ được xóa bỏ khỏi "bộ nhớ" của bạn một cách hoàn toàn tự nhiên.

Trong quan hệ vợ chồng, việc xây dựng gia đình và chăm sóc con cái luôn đè nặng lên mỗi chúng ta nhiều áp lực. Buông bỏ đi bất cứ một chuyện không tốt nào trong quá khứ cũng đều sẽ làm giảm nhẹ đi những gì mà chúng ta phải cưu mang. Những chuyện tốt giúp chúng ta hướng đến điều tốt hơn, trong khi những chuyện không tốt sẽ lôi kéo chúng ta chìm sâu thêm vào những điều không tốt.

Bởi vì tất cả chúng ta đều là những con người, nên sai sót và lỗi lầm là điều tất nhiên không sao tránh khỏi. Cuộc sống chung tạo ra những va chạm hằng ngày về đủ mọi khía cạnh, và tất yếu sẽ có không ít những điều mà chúng ta không hài lòng. Nếu bạn tích lũy và thử liệt kê ra những điều ấy, bạn sẽ có một danh sách dài rất nhiều điều đáng nói. Nhưng vấn đề cần nhấn mạnh ở đây là, không có điều nào trong số những điều ấy là có lợi cho mối quan hệ hiện tại của các bạn. Những tác động xấu của chúng đã là quá đủ vào lúc chúng xảy ra, đừng dại dột để cho chúng tiếp tục làm hại đến những gì tốt đẹp của hôm nay.

Cần nói thêm rằng, quyết định buông bỏ những chuyện xấu không có nghĩa là chúng ta "thỏa hiệp" với chúng. Không ai trong chúng ta muốn những điều không hay lại xảy ra lần nữa. Nhưng trong thực tế thì việc bám lấy những điều xấu đã qua không bao giờ là cách ngăn ngừa chúng trong tương lai, mà thậm chí còn có tác dụng khêu gợi chúng tái diễn. Chỉ có sự cảm thông và chân thành tha thứ cho nhau mới là động lực mạnh mẽ nhất để giúp mỗi người tự hoàn thiện chính mình và do đó tạo điều kiện tích cực để củng cố mối quan hệ hôn nhân ngày càng tốt đẹp hơn.

CẦN QUAN TÂM NHỮNG GÌ?

hi cuộc sống quanh ta càng sôi động thì những gì có liên quan đến cuộc sống vợ chồng cũng càng trở nên phức tạp, đa dạng hơn. Chúng ta luôn có rất nhiều điều để quan tâm lo nghĩ, từ công việc phải thực hiện hằng ngày để đảm bảo nhu cầu kinh tế gia đình, cho đến việc chăm sóc nuôi dạy con cái, rồi việc duy trì tốt các mối quan hệ với họ hàng thân tộc, với những người hàng xóm, với bạn bè thân hữu... và rất nhiều việc khác. Tất cả những điều ấy luôn đòi hỏi chúng ta phải mất nhiều tâm lực, và thường là chúng đòi hỏi nhiều hơn mức mà chúng ta có thể cảm thấy thoải mái.

Vấn đề là bạn không thể thực hiện tất cả những gì bạn cảm thấy nên làm, chỉ đơn giản vì bạn không có đủ thời gian và sức lực. Chỉ riêng trong việc chăm sóc nuôi dạy con cái thôi, sẽ có đến hàng khối việc bạn rất muốn nhưng không thể nào làm được. Vì thế, điều tất nhiên là bạn cần phải biết đặt ra những mục tiêu - hay nói chính xác hơn là những giới hạn - thích hợp cho những sự việc bạn cần quan tâm đến. Nếu không làm được điều này, chắc chắn là bạn sẽ bị "quá tải" cho dù bạn có cố gắng làm việc hiệu quả đến đâu đi chăng nữa.

Những giới hạn thích hợp là những giới hạn được xác định phù hợp với khả năng thực tế và trong chừng mực có thể mang lại kết quả chấp nhận được. Chẳng hạn, bạn có thể rất muốn cung ứng cho điều kiện học tập của con cái theo mức tối đa, nhưng thường thì điều đó rất khó lòng thực hiện, đơn giản là vì bạn còn có hàng trăm việc khác nữa phải lo toan. Vì thế, bạn cần phải cân nhắc và xác định một giới hạn thích hợp, đảm bảo trẻ vẫn được giáo dục tốt nhưng cũng không vượt quá khả năng của bạn. Việc mua sắm vật dụng thiết yếu trong gia đình là một ví dụ khác. Bạn không thể "có đủ" tất cả những gì mà bạn thấy là "cần thiết", và do đó bạn chỉ có thể chọn lấy những cái "tối cần thiết" vừa với khả năng mình mà thôi...

Đây là một giải pháp có liên quan trực tiếp đến việc cải thiện mối quan hệ giữa hai vợ chồng. Bởi vì, như đã nói, nó giúp ngăn không để các bạn phải rơi vào tình trạng "quá tải", vốn là nguyên nhân đầu tiên sẽ dẫn đến nhiều tranh cãi hoặc bất hòa thậm chí có thể là vô lý. Một khi các bạn cảm thấy quá mệt mỏi và thất vọng vì không thể làm được tất cả những việc muốn làm, một tâm trạng bực dọc, cáu gắt là không sao tránh khỏi. Trong bối cảnh đó, bất cứ lời nói hay hành vi nhỏ nhặt nào cũng đều có thể châm ngòi cho một cuộc tranh cãi hoặc bất hòa nghiêm trọng. Điều đáng buồn là khi một sự việc tương tự như thế xảy ra, rất ít khi các bạn có đủ sáng suốt và bình tĩnh để phân tích những nguyên nhân thực sự của vấn đề. Vì thế, tốt hơn hết là cần ngăn ngừa sự việc từ khi chưa xảy ra.

Chỉ cần bạn nắm hiểu được vấn đề, bạn sẽ biết được mình cần phải làm gì. Bởi vì điều kiện cũng như khả năng của mỗi gia đình là hoàn toàn không giống nhau, nên giới hạn thích hợp của người này chưa hẳn đã là thích hợp với một người khác. Vấn đề cần đạt được ở đây là bạn hiểu được sự cần thiết phải giới hạn mọi việc trước khi vượt qua lằn ranh của sự quá tải.

Một mặt khác nữa của vấn đề là trong khi có quá nhiều điều bạn quan tâm đến và cần phải biết chọn lọc cắt giảm chúng đi, thì lại cũng có những điều bạn ít khi lưu ý đến nhưng thực sự cần thiết phải được dành cho một sự quan tâm thích hợp. Một trong những điều như thế chính là việc biết dành thời gian thỏa đáng để vun đắp cho tình yêu của các bạn. Khi các bạn quá bận rộn vì những điều được xem là "thiết yếu", các bạn rất dễ bỏ qua không nhận thấy nhu cầu này. Nhiều ngày trôi qua như thế, và đến một hôm nào đó các bạn sẽ ngỡ ngàng nhận ra là tình cảm giữa hai người đã nguội lạnh biết bao nhiêu! Đây là một thực tế rất thường vấp phải trong nhiều trường hợp, và là một thực tế không đáng mong muốn mà bạn có thể dễ dàng ngăn chặn từ đầu.

Dành thời gian thỏa đáng cho nhau không có nghĩa là các bạn nhất thiết phải làm điều gì đó cho nhau, mặc dù nếu thường xuyên được như thế sẽ là rất tốt. Nhưng vấn đề có thể hiểu một cách khả thi hơn có nghĩa là các bạn cần có thời gian để nghĩ đến nhau, cho dù là có bận rộn đến đâu đi chăng nữa. Chỉ cần các bạn hiểu được tầm quan trọng của việc này, những cố gắng của các bạn trong việc xây dựng cuộc sống chung tốt đẹp sẽ không bao giờ là vô ích. Bởi vì cho dù các bạn có yêu nhau nồng nàn đến đâu đi chăng nữa, thời gian vẫn luôn luôn là dòng chảy xói mòn mọi thứ. Và cách duy nhất để chống lại điều đó là các bạn phải biết thường xuyên bồi đắp, gìn giữ những tình cảm tốt đẹp đã dành cho nhau.

Biết chọn lọc những điều thích hợp để quan tâm đến, cũng như mức độ thích hợp mà bạn có thể dành cho từng sự việc, cùng với sự quan tâm đúng mức trong việc bồi đắp và gìn giữ những tình cảm tốt đẹp cho nhau, đó chính là những điều tích cực nhất mà bạn có thể làm để đảm bảo một cuộc sống lứa đôi luôn tràn đầy hạnh phúc.

NỤ CƯỜI BẢO VỆ CUỘC SỐNG

Một thực tế không mấy ai mong muốn là cuộc sống này đầy dẫy khó khăn và những điều không theo ý chúng ta. Nhưng dù muốn hay không, chúng ta vẫn phải sống trong một thực tế như thế và không thể làm gì nhiều để thay đổi tính chất của nó. Vấn đề có thể làm được chính là thay đổi về phía chúng ta.

Trong cuộc sống gia đình, điều này càng đặc biệt có ý nghĩa đúng đắn. Những hình dung ban đầu từ trước ngày cưới của các bạn về một cuộc sống chung có vẻ như rất hiếm khi đúng với thực tế. Sớm hay muộn thì những bất ổn, xung đột rồi dần dần cũng sẽ xuất hiện, và ở mức độ nhẹ hơn nhưng cũng phổ biến hơn là cả hai dần dần nhận ra những điểm không vừa ý về nhau. Tất cả những điều này, cộng thêm với những khó khăn nhất định về nhu cầu kinh tế sẽ làm cho cuộc sống của các bạn có thể dễ dàng trở nên ngày càng căng thẳng hơn. Rồi sự ra đời của những đứa con, rồi nhu cầu vật chất tăng vọt trong khi thu nhập có nhiều khả năng giảm thấp... Những điều đó tuy là tất nhiên phải đến, nhưng lại không mấy khi được chuẩn bị kỹ càng từ trước.

Nói ngắn gọn một câu, con đường chung bước của các bạn rất hiếm khi là bằng phẳng và chỉ trải đầy những nụ hồng thơ mộng. Trong thực tế, các bạn luôn phải đối mặt với tất cả những khó khăn và phức tạp của việc xây dựng và nuôi dưỡng một gia đình. Tuy nhiên, hạnh phúc chân thật lại chính là ở chỗ các bạn biết cách để có thể cùng nhau chung bước một cách vui tươi trên con đường gập ghềnh như thế.

Một trong những phương thức quan trọng nhất mà các bạn có thể sử dụng như một vũ khí để bảo vệ chính mình trước những khó khăn phức tạp của cuộc sống là khả năng mỉm cười trong mọi tình huống. Khi bạn có thể mỉm cười, bạn sẽ thấy được là sự việc bao giờ cũng đơn giản hơn nhiều mà không quá nghiêm trọng như bạn tưởng. Nụ cười trấn an chúng ta đồng thời mang lại sự bình tĩnh và sáng suốt để có thể đối phó một cách hiệu quả hơn với bất cứ vấn đề gì. Mặc dù chúng ta vẫn nghiêm túc giải quyết vấn đề theo cách tốt nhất có thể được, nhưng nhờ vào nụ cười mà chúng ta sẽ thực hiện điều đó với một tâm trạng thoải mái hơn nhiều.

Trong quan hệ vợ chồng, khả năng mỉm cười thường thể hiện qua việc biết nhận ra khía cạnh khôi hài trong mỗi sự việc hoặc thậm chí là chủ động tạo ra màu sắc hài hước. Khi một trong hai người bực dọc vì một nguyên nhân nào đó, điều tốt nhất mà người kia có thể làm được vào lúc đó là thành thật nở một nụ cười. Sự việc sẽ tức thời giảm nhẹ mức căng thẳng, và điều tất nhiên là các bạn cũng sẽ tránh được những hệ quả đáng tiếc theo sau đó.

Bởi vì tất cả chúng ta đều là những con người, nên thỉnh thoảng có những lần cáu gắt hoặc không làm chủ được mình trong một vài tình huống là điều không sao tránh khỏi. Vì thế, việc học biết cách mỉm cười trong mọi tình huống sẽ giúp chúng ta giảm nhẹ đi rất nhiều áp lực trong cuộc sống.

Mỗi một sự việc khi xảy ra đều có thể tạo cho chúng ta cảm giác nghiêm trọng hơn là bản chất thực sự của nó. Tuy nhiên, nếu chúng ta nhìn vấn đề một cách toàn diện trong tương quan với tất cả những sự việc khác cũng như trong dòng chảy thời gian trôi qua, chúng ta sẽ thấy tính chất nghiêm trọng của sự việc không còn nữa. Có thể chúng ta cần nỗ lực để giải quyết vấn đề theo cách tốt đẹp nhất, nhưng dù sao thì rồi nó cũng sẽ qua đi như bao nhiêu sự việc khác, nên không cần thiết phải làm cho mọi việc căng thẳng hơn mức độ hiện có. Và cách tốt nhất để giảm nhẹ vấn đề chính là biết nhận ra hoặc đưa vào đó yếu tố hài hước.

Những va chạm nhỏ nhặt nhất lại là những va chạm thường gặp nhất trong quan hệ thường ngày. Trong phần lớn các trường hợp, chỉ cần một chút khôi hài sẽ có thể giúp hóa giải đi những căng thẳng không đáng có. Và khi cả hai cùng bật cười là sự việc xem như đã trôi qua tốt đẹp.

Chúng ta không phủ nhận tình yêu mà các bạn luôn dành cho nhau trong cuộc sống. Nhưng điều nghịch lý mà người ta vẫn thường diễn đạt bằng câu "Thương nhau lắm, cắn nhau đau" lại có vẻ như đúng trong rất nhiều trường hợp. Càng yêu thương nhau, thì những khi giận hờn hoặc bực dọc chúng ta lại càng có vẻ như muốn tìm những lời cay độc nhất, những hành vi nặng nề nhất để bộc lộ những bực tức hay giận dỗi của mình. Và một thực tế là hầu hết những cuộc tranh cãi lớn hay rạn nứt nặng nề lại thường bắt đầu từ những chuyện rất vụn vặt, chẳng hạn như một nhận xét không chính xác hay một thái độ thiếu quan tâm... Nếu các bạn biết sử dụng khả năng khôi hài đúng lúc trong những trường hợp đó, nhiều vấn đề đáng tiếc sẽ không thể xảy ra.

Suy cho cùng, niềm vui khi được cùng nhau chung sống là vô hạn. Và nếu các bạn có thể biến niềm vui ấy thành những nụ cười thường xuyên hiện diện trong cuộc sống, nó sẽ giúp bảo vệ các bạn tránh khỏi nhiều căng thẳng không cần thiết.

SỨC MẠNH CỦA LỜI NÓI

ếu có điều gì đó có khả năng mang lại niềm vui và duy trì hạnh phúc gia đình, đồng thời cũng có khả năng hủy hoại và làm bao phủ một lớp mây đen u ám lên cuộc sống chung của các bạn, thì điều đó chính là lời nói. Nó như một con dao hai lưỡi mà công năng xây dựng cũng như phá hoại đều mãnh liệt như nhau.

Khi bạn lưu tâm đến những gì bạn nói ra cũng như cung cách mà bạn nói ra như thế nào, bạn sẽ dễ dàng nhận thấy những phản ứng tích cực hoặc tiêu cực từ phía người nghe, nhất là đối với một đối tượng rất nhạy cảm như vợ hoặc chồng mình.

Lời nói giúp nuôi dưỡng tình cảm vốn có, tạo ra những sắc thái tình cảm mới, cũng như giải tỏa những gì vướng mắc trong quan hệ tình cảm giữa đôi bên. Đó là khi bạn biết cân nhắc chọn lựa ngôn từ cũng như cung cách diễn đạt theo hướng tôn trọng và cảm thông.

Lời nói làm xói mòn tình cảm vốn có, tạo ra những ấn tượng không tốt về nhau, cũng như hình thành những gút mắt trong quan hệ tình cảm giữa đôi bên. Đó là khi bạn sử dụng ngôn từ bừa bãi, thường là tùy theo những cảm xúc bốc đồng, và diễn đạt theo cách thiếu hẳn sự tôn trọng, cảm thông cần thiết.

Khi bàn đến vấn đề này, không ít người cho rằng việc thận trọng lời nói trong quan hệ vợ chồng làm cho họ phần nào có cảm giác xa cách, thiếu thân mật, hoặc ít ra cũng là giảm bớt sự tự nhiên thoải mái. Tâm lý này là hoàn toàn có thật, nhưng đơn giản chỉ là khi bạn lần đầu tiên quan tâm đến lời nói của mình. Đó là vấn đề của một thói quen mới cần có thời gian để hình thành, cho dù là một thói quen tốt. Điều này sẽ không còn đúng nữa khi bạn đã tạo ra được thói quen tự nhiên trong việc nói năng thận trọng.

Xin đừng nhầm lẫn giữa sự quan tâm đến lời nói với việc giao tiếp theo một cung cách quá nghiêm trọng, luôn "giữ kẽ" với nhau. Nói năng thận trọng có nghĩa là bạn luôn ý thức được mình đang nói gì và nên nói như thế nào. Điều đó không có nghĩa là bạn phải luôn ở trong trạng thái căng thẳng và nghiêm nghị mỗi khi giao tiếp. Một khi bạn tập thành thói quen trong việc sử dụng lời nói, bạn sẽ thấy hoàn toàn thoải mái mà không còn căng thẳng nữa.

Lời nói đóng vai trò cực kỳ quan trọng trong mọi quan hệ giao tiếp, và riêng trong quan hệ vợ chồng nó càng đáng cho bạn quan tâm hơn nữa. Một trong những lý do rất thường gặp là khi các bạn càng quen thuộc với nhau thì bạn càng dễ vấp phải những sai lầm không đáng có trong giao tiếp, cho dù điều đó là hoàn toàn không cố ý. Điều không may là ngay cả những sai lầm không cố ý này cũng có thể để lại những ấn tượng không tốt đẹp về nhau, và trong nhiều trường hợp nó có thể là nguyên nhân dẫn đến tai họa.

Bạn sẽ không phải tốn kém gì ngoài một chút lưu tâm khi chọn cung cách nói năng tốt đẹp với nhau, nhưng những gì bạn đạt được sẽ nhiều hơn cả mức mà bạn có thể tưởng tượng được. Hơn thế nữa, đây là một trong những phương thức tốt nhất mà bạn có thể sử dụng để giáo dục con cái trong gia đình. Bởi vì trẻ con luôn bắt chước những gì bạn làm mà ít khi tuân theo những gì bạn dạy cho chúng.

Nguyên tắc đơn giản nhất để cải thiện lời nói của bạn trong giao tiếp hằng ngày là hãy cân nhắc đừng nói năng theo cách mà bản thân bạn không muốn nghe. Những gì tiếp theo đó tự nó sẽ xảy ra theo hướng ngày càng tích cực hơn, bởi vì vợ hoặc chồng của bạn luôn nhạy cảm với điều đó, và cũng sẽ làm theo những gì bạn mong muốn.

CÔNG VIỆC VÀ TÌNH YÊU

Không lâu sau ngày cưới, các bạn sẽ sớm nhận ra một điều là cuộc sống không dễ dàng chút nào. Ý tôi muốn nói về mặt kinh tế khi các bạn trở thành một gia đình độc lập, tự đảm bảo cho những nhu cầu sinh hoạt của chính mình. Và những khó khăn cứ thế ngày càng tăng dần lên cho đến khi đứa con đầu tiên ra đời. Khuynh hướng thường gặp nhất là thu nhập của các bạn có vẻ như ngày càng ít ỏi hơn so với nhu cầu chi tiêu ngày càng gia tăng. Và khi mà công việc của người chồng trở thành nguồn thu nhập duy nhất để nuôi cả gia đình - vợ và con nhỏ - thì bạn sẽ càng phải nỗ lực nhiều hơn trước.

Ngay cả khi bạn có một nguồn thu nhập cao để không phải quá lo lắng về những nhu cầu sinh hoạt hằng ngày trước mắt, thì những điều mà các bạn nghĩ đến cho tương lai - nuôi dưỡng và giáo dục con cái - cũng sẽ thôi thúc bạn làm việc nhiều và nhiều hơn nữa. Và điều đó hầu như đúng với bất cứ ai biết lo xa về một tương lai tốt đẹp cho con cái.

Tóm lại, nhu cầu dành thời gian cho công việc sẽ ngày càng gia tăng hơn trước, bất kể mức thu nhập của các bạn là trung bình hoặc trên trung bình. (Tất nhiên là bạn sẽ càng khó khăn gấp bội nếu mức thu nhập của bạn dưới mức trung bình.) Và với tinh thần trách nhiệm của một người chồng tốt, điều tất yếu là bạn sẽ lao vào công việc với những nỗ lực ngày càng lớn hơn để có thể đảm bảo một đời sống tốt cho cả gia đình hôm nay và mai sau. Trong khi đó, người vợ cũng cần có những nỗ lực không nhỏ để thu xếp vén khéo công việc nhà và chăm sóc tốt cho con cái, tạo điều kiện để người chồng có thể tập trung tốt vào công việc. Nói tóm lại, cả hai đều sẽ có nhiều việc để làm hơn và đều phải gắng sức, nỗ lực nhiều hơn.

Chú tâm vào công việc có thể nói là điều thiết yếu cho sự tồn tại và phát triển của một gia đình. Tuy nhiên, có những khía cạnh song hành mà đôi khi bạn cũng cần nghĩ đến nếu bạn muốn có được một cuộc sống hạnh phúc lâu bền.

Trong khi nhu cầu vật chất đặt ra cho các bạn là không thể phủ nhận được, thì nhu cầu tình cảm cũng không thể xem nhẹ trong sự tồn tại của một gia đình. Và bản thân các bạn cũng cần có những điều kiện nhất định để hồi phục năng lực sau những giờ làm việc căng thẳng, mệt nhọc. Vì thế, giữ được một sự quân bình hợp lý giữa hai nhu cầu là điều rất quan trọng để có thể duy trì được hạnh phúc gia đình. Không nhận ra được điều này, những nỗ lực của các bạn có thể là không đúng hướng và sẽ phải trả giá khi cuộc sống gia đình dần dần mất đi sự gắn bó và cảm thông cần phải có.

Suy cho cùng, công việc là phương tiện chứ không phải mục đích mà các bạn nhắm tới. Bằng vào công việc, các bạn sẽ đảm bảo cho gia đình có thể tồn tại và phát triển tốt về mặt vật chất, nhưng để nuôi dưỡng tình cảm và duy trì môi trường tình cảm tích cực thì lại là một điều hoàn toàn khác, và bạn rất cần phải quan tâm đến điều đó để có thể gìn giữ được hạnh phúc dài lâu trong gia đình.

Cân bằng hợp lý giữa những gì bạn đầu tư vào công việc với những gì bạn dành riêng cho tình cảm trong gia đình là một sự điều hòa khéo léo mà không phải ai cũng có thể dễ dàng làm tốt được. Nhưng vấn đề là ở chỗ bạn có được nhận thức đúng về sự việc. Với tình yêu chân thật và sự sáng tạo, chắc chắn bạn sẽ biết cách làm thế nào để đáp ứng được những mong đợi về tình cảm trong gia đình mà vẫn đảm bảo thực hiện tốt công việc. Phần thưởng xứng đáng dành cho bạn sẽ là một gia đình phát triển cân đối về vật chất cũng như ngày càng gắn bó khắn khít hơn về mặt tình cảm.

HẠN CHẾ SỰ GIẬN HỜN

ếu như những hờn giận vu vơ khi người ta yêu nhau vẫn thường được thi vị hóa như là những "gia vị" cần thiết để tạo thêm "hương vị" cho tình yêu, thì trong quan hệ vợ chồng điều này có lẽ cần được xem xét lại.

Tình yêu trưởng thành trong cuộc sống chung kèm theo những trách nhiệm nặng nề trong việc xây dựng gia đình và nuôi dạy con cái có nhiều khác biệt so với tình yêu thơ mộng của "thuở ban đầu". Vì thế, nó cần thiết phải được nuôi dưỡng bằng những chất liệu khác hơn.

Cuộc sống độc lập của một gia đình với những nhu cầu mới đòi hỏi nỗ lực từ cả hai người. Các bạn cần có những nguồn động viên thiết thực dành cho nhau hơn là những quãng thời gian hờn giận. Vì thế, sự hờn giận chẳng còn gì là "thơ mộng" nữa, mà nó trở thành một nhân tố tiêu cực, ít nhiều tạo ra những ảnh hưởng không tốt trong quan hệ vợ chồng.

Điều tốt nhất trong quan hệ vợ chồng là mọi thứ nên được diễn đạt cụ thể bằng lời nói. Trao đổi thẳng thắn với nhau giúp các bạn tránh được rất nhiều những hiểu lầm không đáng có, đồng thời cũng giúp các bạn ngày càng hiểu rõ về nhau hơn. Đây là điều kiện tiên quyết để củng cố một tình yêu bền vững, bởi vì nó giúp xóa bỏ những cách biệt cũng như hoàn thiện mối quan hệ trong bối cảnh thực tế của cuộc sống chung.

Tất nhiên là các bạn cũng sẽ có không ít những "lý do chính đáng" để giận nhau. "Anh ấy lẽ ra không nên như thế." "Tại sao cô ấy lại làm như vậy chứ?"... Tôi không phủ nhận việc các bạn có thể là có lý khi hờn giận vợ hoặc chồng mình.

Vấn đề bạn nên biết ở đây là, sự giận hờn không bao giờ là có lợi trong quan hệ vợ chồng.

Với tính chất trưởng thành của mối quan hệ vợ chồng, những lần giận hờn thường rất hiếm khi qua đi mà không để lại ít nhiều ấn tượng không tốt. Vì thế, càng nhiều giận hờn thì tình yêu của các bạn càng có nhiều nguy cơ bị thương tổn. Những điều ấy thường là khó thấy được một cách cụ thể, nhưng đó là những tác động tâm lý có thật mà bạn có thể dễ dàng nhận ra bằng việc quan sát những suy nghĩ tình cảm của chính mình.

Khi một sự việc nào đó xảy ra mà bạn cảm thấy là "đáng giận", hãy thử một lần biết kiềm chế và thảo luận vấn đề một cách thẳng thắn với anh ấy hay cô ấy. Một trong những khả năng tốt nhất có thể xảy ra là các bạn sẽ giải tỏa được một sự hiểu lầm. Ở mức độ xấu hơn, một trong hai người sẽ nhận ra được sai lầm nào đó và nhận lỗi để sửa sai. Trong trường hợp này, các bạn đã giúp cho nhau hoàn thiện vấn đề, và do đó có nhiều khả năng sẽ không vấp phải sai lầm ấy một lần nữa.

Thử hình dung nếu sự việc không diễn ra theo cách như trên. Bạn sẽ bắt đầu có những hành vi, thái độ nhất định để bày tỏ sự hờn giận của mình. Thật không may là những điều ấy ít khi nói lên được gì nhiều ngoài việc báo cho anh ấy (hoặc cô ấy) biết là bạn đang giận. Có thể là anh ấy (hoặc cô ấy) sẽ cố quan tâm tìm hiểu xem bạn đang hờn giận về chuyện gì và tìm cách để giải tỏa cơn giận của bạn. Nhưng có nhiều khả năng hơn là anh ấy (hoặc cô ấy) còn có những việc khác để làm và không thể quan tâm nhiều như bạn mong muốn. Điều đó nuôi dưỡng cơn giận của bạn càng lớn thêm. Tiếp đó, thái độ giận hờn của bạn, nhất là sau một ngày làm việc mệt nhọc của cả hai người, sẽ dễ dàng trở thành nguyên nhân làm phát khởi một cơn giận ở anh ấy (hoặc cô ấy). Và một tiến trình tồi tệ gây nhiều thương tổn cho tình yêu của các bạn được khởi đầu.

Trong hầu hết các trường hợp, những điều "đáng giận" bao giờ cũng cần phải được nói ra. Bởi vì đó là cách duy nhất để các bạn có thể hiểu đúng về nhau. Không có sai lầm nào là không thể sửa chữa, và do đó mà không có chuyện "đáng giận" nào thực sự là đáng giận cả.

Tục ngữ có câu: "Nóng mất ngon, giận mất khôn." Phát biểu nôm na, giản dị này thực sự là hoàn toàn chính xác trong bối cảnh mà chúng ta đang bàn đến. Bạn không thể hiểu đúng sự việc một cách khôn ngoan nếu bạn để cho cơn giận chi phối. Và kết quả cuối cùng tất nhiên là một sự thương tổn cho tình yêu của các bạn. Một thực tế cần lưu ý là, trong rất nhiều trường hợp, cho dù sau đó cuối cùng rồi các bạn cũng cùng nhau giải quyết được vấn đề - nếu không phải một trường hợp ly hôn thì tất nhiên là như thế -, nhưng những thương tổn sau mỗi một lần giận hờn có vẻ như rất hiếm khi hoàn toàn được xóa sạch. Với một cuộc sống chung đến "đầu bạc răng long" thì sự tích lũy lâu ngày của những nhân tố xấu này quả thật là điều rất đáng lo ngại.

Để đảm bảo nuôi dưỡng hạnh phúc gia đình, bạn cần có khả năng giải tỏa những cơn giận. Bạn không nên làm điều đó một mình, chẳng hạn bằng cách cố im lặng để cho qua đi sự việc. Điều đó sẽ tạo nên một sự ức chế tâm lý mà lâu ngày có thể làm thay đổi cả tình cảm của bạn. Vì thế, bạn nên chia sẻ những gì không hài lòng với anh ấy (hoặc cô ấy). Bằng vào tình yêu mà các bạn dành cho nhau, cùng với tinh thần trách nhiệm trong việc xây dựng một gia đình đình chung, sẽ không có chuyện gì là căng thẳng đến mức có thể làm cho các bạn phải giận nhau.

Một số người tin rằng hờn giận là cách duy nhất để họ bày tỏ sự phản đối và qua đó điều chỉnh hành vi, thái độ của vợ hoặc chồng mình. Cách nghĩ này là hoàn toàn sai lầm, bởi vì như đã nói, các bạn còn có cách tốt hơn để làm được điều đó. Xóa bỏ hoặc hạn chế sự giận hờn là một quyết định quan trọng chắc chắn sẽ giúp các bạn duy trì tình yêu trong quan hệ vợ chồng.

Mặt khác, những cuộc "chiến tranh lạnh" trong gia đình không bao giờ là tốt đẹp cho việc giáo dục con cái, ngay cả khi bạn có thể nghĩ là chúng còn quá nhỏ để hiểu biết mọi việc. Trẻ con rất nhạy cảm, và bằng trực giác chúng nhanh chóng hiểu được cũng như chịu ảnh hưởng rất lớn bởi những sắc thái tình cảm tiêu cực trong gia đình.

Sự giận hờn rõ ràng không phải là phương cách tốt để các bạn đạt được điều mình mong muốn, và bạn phải trả giá đắt khi cân nhắc đến những thương tổn dài lâu cho mối quan hệ vợ chồng.

NHÌN THEO HƯỚNG TÍCH CỰC

hông chỉ là một giải pháp tốt đẹp cho quan hệ vợ chồng, bạn còn có thể áp dụng điều này cho hầu hết những mối quan hệ giao tiếp khác. Vì thế, đây có thể xem như một trong những vũ khí hiệu quả giúp bạn chống lại những khó khăn phức tạp luôn đầy dẫy trong cuộc sống.

Cách nhìn này bắt nguồn từ một điều rất đơn giản nhưng thường là không mấy ai quan tâm đến. Đó là, trong bất cứ vấn đề gì, dù tệ hại đến đâu cũng đều hàm chứa ít nhất là một vài khía cạnh tích cực nhất định. Vì thế, nếu bạn biết khéo léo nhận ra, sẽ không chuyện gì có thể mang lại màu sắc bi quan cho cuộc sống của bạn được nữa. Và chính nhờ vào yếu tố này mà bạn sẽ tránh được những áp lực nặng nề có thể dễ dàng tạo ảnh hưởng xấu đến mối quan hệ trong gia đình của bạn.

Có một câu chuyện minh họa rõ nét cho điều này đã trở thành câu tục ngữ "Tái ông thất mã"[2] của người Trung Hoa. Một ông già ở vùng biên ải có con ngựa đi lạc mất, ít lâu sau trở về. Mọi người đến chúc mừng, ông bảo chưa hẳn đã là điều may. Chỉ mấy hôm sau, con trai ông cưỡi con ngựa ấy và ngã gãy chân. Hàng xóm lại đến chia buồn, ông thản nhiên bảo họ rằng cũng chưa hẳn đã là điều rủi. Ít lâu sau chiến tranh nổi lên, trai tráng trong làng đều phải đi lính trận, nhà nào cũng có người chết. Con trai ông nhờ có tật ở chân mà khỏi đi lính, được yên ổn ở nhà.

Câu chuyện cho chúng ta thấy một điều là, trong cái rủi có thể hàm chứa cái may; và trong cái may có thể hàm chứa cái rủi. Trong ý nghĩa vấn đề mà chúng ta đang xét, điều này

---

[2] Tái ông thất mã (塞翁失馬): Ông già ở biên ải mất con ngựa.

có thể được hiểu là: trong bất cứ chuyện gì, dù tồi tệ đến đâu cũng có thể hàm chứa những khía cạnh tích cực nào đó.

Quả thật, khi bạn nhìn nhận sự việc theo cách này, bạn sẽ thấy mọi việc đều có thể giảm bớt phần căng thẳng và chúng ta không cần thiết phải có thái độ bi quan lo lắng nhiều về sự việc.

Đừng hiểu lầm rằng đây là cách để chúng ta tự an ủi mỗi khi gặp việc không may, hoặc là để tránh né những vấn đề căng thẳng cần đối mặt giải quyết. Sự thật ở đây là, nhìn theo khía cạnh tích cực của vấn đề sẽ giúp chúng ta có thêm sức mạnh và sự bình tĩnh, sáng suốt để đối phó với sự việc. Ngược lại, nếu chỉ nhìn theo những khía cạnh tồi tệ của vấn đề, chúng ta sẽ chỉ làm cho sự việc tồi tệ hơn nữa mà thôi!

Khía cạnh tích cực của mỗi vấn đề là điều có thật. Và thậm chí nếu như không có nó, bạn cũng cần thiết phải tạo ra nó, bởi vì đó là điều tốt nhất mà bạn có thể làm được ngay khi rơi vào một tình huống xấu. Một ngày nào đó bạn bị mất việc chẳng hạn. Thật tồi tệ biết bao, nhất là khi bạn vẫn còn cả một danh sách dài những khoản chi tiêu gia đình chưa thanh toán. Tài chánh sẽ rất khó khăn. Để đối phó cụ thể với vấn đề, điều tất nhiên là bạn phải nhanh chóng đi tìm một việc làm khác. Nhưng sự việc sẽ càng tồi tệ hơn nếu bạn để mình rơi vào tâm trạng thất vọng ê chề và thậm chí mang cả bộ mặt đưa đám đến gặp những ông chủ mới. Cách tốt nhất để loại bỏ điều này là hãy nghĩ đến một khía cạnh tích cực nào đó của vấn đề. Có gì tích cực trong việc bị mất việc và phải đi tìm việc khác? Có đấy! Biết đâu đây sẽ là cơ hội đưa đẩy bạn đến một công việc khác tốt đẹp hơn, thu nhập khá hơn? Vì nếu không có nó tất nhiên là bạn vẫn luôn an phận với công việc sẵn có. Cách nghĩ này có thể chẳng làm cho thực chất vấn đề thay đổi gì cả, nhưng chắc chắn nó giúp thay đổi tâm trạng của bạn theo hướng tốt hơn, và do đó cũng giúp bạn sáng suốt, bình tĩnh hơn, và điều đó dẫn đến nhiều khả năng giải quyết vấn đề một cách tốt đẹp hơn.

Với những va chạm không mong muốn trong quan hệ vợ chồng, đây cũng là một giải pháp tích cực quan trọng. Cô ấy có thể nặng lời với bạn vì đã đi chơi với bạn bè về quá khuya. Điều này có vẻ như không thể chấp nhận được! Nhưng hãy nghĩ lại mà xem, phải chăng những lời nặng nề ấy vốn cũng xuất phát từ sự quan tâm lo lắng cho nhau? Phải chăng cách cô ấy nói ra có thể là cần thay đổi, nhưng bản chất vấn đề lại rất đáng trân trọng?

Khi một vấn đề nảy sinh trong cuộc sống gia đình, điều tất nhiên là bạn phải đối mặt giải quyết nó theo cách tốt nhất mà không nên phớt lờ hay tránh né. Biết nhìn theo khía cạnh tích cực của vấn đề thực sự là một giải pháp tích cực có thể giúp bạn đối mặt với vấn đề theo cách tốt hơn. Điều thú vị ở đây là, khi bạn đã tập thành thói quen nhìn vấn đề theo khía cạnh tích cực, bạn sẽ nhanh chóng trở thành một người lạc quan yêu đời, và sẽ nhận ra một sự thật là rất hiếm có sự việc khó khăn trở ngại nào có thể làm cho bạn phải nản lòng thối chí.

HÃY TỰ XÉT MÌNH

Trong thuật xử thế, người xưa có dạy rằng: "Trước tiên hãy tự trách mình, sau mới trách đến người khác."[3] Chúng tôi không nghĩ rằng lời dạy này đến nay đã quá xưa cũ hoặc không còn hợp thời nữa. Trong thực tế, nếu bạn biết vận dụng nguyên tắc này vào quan hệ vợ chồng, sẽ rất hiếm khi các bạn phải làm "to chuyện".

Có đến hàng trăm, thậm chí là hàng ngàn những điều "bất như ý" đã, đang và sẽ xảy ra dưới mái gia đình của các bạn. Phần lớn những chuyện như thế đều sẽ qua đi, nhưng một phần trong đó có thể sẽ tạo ra những thương tổn nhất định cho mối quan hệ vợ chồng. Nguyên tắc "Tiên trách kỷ, hậu trách bỉ" sẽ là một bí quyết để giúp các bạn giải quyết được một cách tốt đẹp hầu hết các vấn đề, thậm chí là những vấn đề rất căng thẳng trong quan hệ vợ chồng.

Có bao nhiêu lần bạn nhận ra được phần sai lầm của mình trong một vụ bất hòa? Và có bao nhiêu lần bạn đủ dũng cảm để thừa nhận sai lầm đó? Nếu bạn cũng giống như đa số trong chúng ta, tôi e rằng câu trả lời hẳn là không tích cực lắm. Tuy nhiên, đây là một trong những điểm yếu của hầu hết chúng ta trong quan hệ gia đình. Bởi vì, những quyết định nhận lỗi luôn luôn là những quyết định khôn ngoan nhất trong bối cảnh gia đình. Và một thực tế dễ dàng nhận ra là hầu hết các vụ bất hòa đều có phần "đóng góp" của cả đôi bên.

Thường thì chúng ta luôn làm điều ngược lại. Nghĩa là chúng ta tìm cách chỉ ra sai lầm của vợ hoặc chồng mình. Cứ cho là bạn hoàn toàn đúng, những điều bạn nhận thấy và nói ra đều là sự thật và đều hợp lý. Tuy nhiên, thái độ ấy rất

---

[3]Tiên trách kỷ, hậu trách bỉ. (先責己, 後責彼)

hiếm khi giải quyết được vấn đề. Bởi vì, ở phía bên kia, vợ hoặc chồng của bạn cũng nhận ra được những điều tương tự, và cũng là sự thật, cũng là hợp lý.

Khi bạn nhận ra được sự thật về sự "góp phần" của cả hai trong việc tạo ra bất hòa, bạn sẽ dễ dàng nhận thấy rằng giải pháp tốt nhất bao giờ cũng nằm về phía bạn. Điều đơn giản dễ hiểu là, khi cả hai đều cố tìm cách chỉ trích nhau, vấn đề chỉ có thể ngày càng tồi tệ hơn mà rất hiếm khi tiến triển theo hướng tốt đẹp. Giải pháp cho vấn đề chỉ có thể xuất hiện khi một trong hai người thừa nhận phần "đóng góp" của mình trong việc tạo ra bất hòa.

Khi một trong hai người nhận ra và công khai thừa nhận sai lầm của mình, thái độ này hầu như chắc chắn sẽ dẫn đến thái độ tương tự của người kia. Và do đó, vấn đề sẽ không còn động lực để phát triển theo hướng xấu hơn được nữa.

Việc tự xét để nhận ra sai lầm của chính mình không phải là điều khó làm, nhưng để công khai thừa nhận những sai lầm ấy lại đòi hỏi bạn phải có một chút dũng khí cũng như sự sáng suốt. Tuy nhiên, hãy tin chúng tôi đi, thái độ nhận lỗi sẽ không bao giờ làm cho vợ hoặc chồng bạn coi thường bạn đâu, mà ngược lại nó sẽ được đánh giá cao cho dù bạn có mắc phải sai lầm như thế nào đi chăng nữa. Hơn thế nữa, bạn sẽ không bao giờ phải đơn độc trong việc này, bởi vì chắc chắn là vợ hoặc chồng của bạn rồi sẽ nhận ra vấn đề và sẽ có một hành động đáng trân trọng tương tự như vậy.

GIÚP NHAU HƯỚNG THIỆN

Trong cuộc sống gia đình, điều quan trọng nhất là phải sớm tạo ra một khuynh hướng hướng thiện. Điều này không chỉ có giá trị như một phương thức giáo dục tuyệt vời đối với con cái ngay từ khi còn nhỏ, mà còn thực sự góp phần tạo nên hạnh phúc trong quan hệ vợ chồng.

Những va chạm tiếp xúc thường ngày trong cuộc sống luôn có khuynh hướng làm cho tinh thần chúng ta sa sút nhiều hơn là tiến bộ. Những yếu tố như tham lam, giận dữ, ganh ghét... luôn chờ dịp để nổi lên làm vẩn đục tâm hồn ta. Nếu chúng ta không tỉnh táo nhận ra điều này, chúng ta sẽ ngày càng bị cuốn hút vào dòng xoáy của những điều không tốt đẹp.

Khi chúng ta biết nuôi dưỡng những yếu tố tốt đẹp trong tâm hồn như lòng vị tha, sự cảm thông và tha thứ... chúng ta sẽ vượt lên khỏi những điều thấp hèn và có được một tâm hồn thanh thản hơn, nhiều nguồn vui sống hơn. Những lợi ích về mặt tinh thần này là hoàn toàn có thật và mỗi người đều có thể tự nhận biết qua việc chiêm nghiệm chính bản thân mình.

Tâm hồn thanh thản và vui sống là nền tảng của hạnh phúc chân thật. Cho dù các bạn có yêu thương nhau đến mức nào đi nữa, các bạn vẫn không thể cảm nhận được tình yêu của nhau khi trong lòng chất chứa sự bực dọc, lo âu hoặc hờn giận... ngay cả khi đối tượng của những bực dọc, lo âu, hờn giận đó không có liên quan gì đến người yêu của bạn. Và điều tất nhiên là, khi không thực sự cảm nhận được tình yêu của nhau thì không thể có hạnh phúc chân thật.

Những điều này quả thật khá tế nhị và khó nhận ra, cho dù chúng là những hệ quả tâm lý tất nhiên mà mỗi chúng ta đều có thể tự kiểm nghiệm.

Dù muốn hay không thì trong cuộc sống chúng ta cũng luôn bị lôi kéo về hai khuynh hướng đối nghịch nhau: sự nỗ lực vươn lên những điều tốt đẹp và sự buông thả tinh thần chìm vào những điều xấu ác. Chúng ta có thể hình dung điều này tương tự như một chiếc xe đang lên dốc. Để lên được đến đỉnh cao, động cơ phải hoạt động không ngừng. Một khi không còn lực đẩy, điều tất nhiên là xe sẽ tuột dốc. Và khả năng hầu như rất hiếm khi xảy ra là đứng yên tại chỗ. Cũng vậy, chúng ta hầu như không thể "đứng yên tại chỗ" trong cuộc đời này. Chúng ta luôn phải trở thành người "tốt hơn" hoặc "xấu hơn", và điều đó tùy thuộc vào những nỗ lực vươn lên của chính chúng ta.

Khi các bạn trở nên người tốt hơn, chắc chắn các bạn sẽ được đền bù bằng một cuộc sống gia đình hạnh phúc hơn. Bởi vì những tâm hồn thanh thản bao giờ cũng là môi trường tốt đẹp cho tình yêu phát triển, và cũng chỉ những tâm hồn thanh thản mới có thể cảm nhận được hạnh phúc của tình yêu.

Trong nỗ lực hướng thiện, nếu các bạn biết chung sức cùng nhau thì mọi việc sẽ tốt đẹp hơn rất nhiều. Mỗi người sẽ trở thành nguồn động viên, khích lệ lớn lao cho người kia, và vì thế cả hai đều sẽ cùng nhau phát triển ngày càng hoàn thiện hơn.

Khi các bạn chia sẻ với nhau những suy nghĩ, việc làm trong nỗ lực hướng thiện, sẽ không ai có thể giúp bạn làm tốt hơn là vợ hoặc chồng mình. Điều đơn giản là vì qua quá trình chung sống, các bạn luôn là những người hiểu nhau nhiều nhất, về tất cả các mặt tốt cũng như xấu. Nhờ đó, các bạn chẳng những có thể giúp nhau phát huy những điểm tốt mà còn có thể giúp nhau khắc phục những điểm xấu. Điều này giúp các bạn hoàn thiện bản thân một cách nhanh chóng hơn.

Có nhiều cách để các bạn giúp nhau hướng thiện. Một trong những cách đó là cùng nhau tham gia các hoạt động từ thiện xã hội. Nếu các bạn cùng làm việc này với nhau, hiệu quả sẽ tăng lên rất nhiều. Bởi vì vấn đề không nằm ở chỗ bạn làm được nhiều hay ít, mà quý ở điểm bạn làm điều đó với một tấm lòng như thế nào. Khi cùng nhau tham gia hoạt động từ thiện, ngoài việc góp phần giúp đỡ những người kém may mắn, các bạn còn thực sự khuyến khích, động viên cho nhau trong nỗ lực hướng về điều thiện.

Các bạn cũng có thể thảo luận với nhau về việc giúp đỡ những người hàng xóm nào có cuộc sống khó khăn hơn mình, hoặc những bạn bè, thân quyến đang gặp phải những hoàn cảnh khó khăn, tai biến. Sự giúp đỡ của các bạn có thể là không lớn lắm, nhưng tấm lòng của các bạn mới chính là điều đáng nói. Và điều mà các bạn nhận được qua những việc làm tốt đẹp giúp đỡ người khác - cho dù các bạn không hề nghĩ đến một sự trao đổi - sẽ là lớn lao và giá trị hơn nhiều so với những gì các bạn đã bỏ ra: đó là niềm vui chân thật có khả năng nuôi dưỡng quan hệ gia đình bạn phát triển theo hướng ngày càng tốt đẹp hơn.

Khi các bạn biết nỗ lực vươn lên hướng thiện, các bạn sẽ nắm được phần chủ động trong việc rèn luyện nhân cách cũng như tâm hồn, mà không bị xô đẩy, lôi cuốn bởi những hoàn cảnh phức tạp trong cuộc sống. Gìn giữ và phát triển được những phẩm chất tốt đẹp nhất định, các bạn cũng trao tặng cho con cái mình một món quà vô giá khi chúng được trưởng thành trong một gia đình tốt đẹp. Điều đó lại tiếp tục tạo điều kiện cho những gì tốt đẹp có thể dễ dàng phát triển nhiều hơn nữa trong gia đình bạn, và tạo ra một môi trường hạnh phúc đầy sự yêu thương và cảm thông, chia sẻ giữa tất cả các thành viên trong gia đình.

Cuộc sống quanh ta còn rất nhiều khó khăn. Với một trái tim cảm thông và tấm lòng nhân hậu, các bạn sẽ dễ dàng nhận ra là còn có rất nhiều người kém may mắn hơn mình. Sự quan tâm chia sẻ, giúp đỡ người khác là cách tốt nhất để giúp bạn trưởng thành về mặt tinh thần, tìm được những niềm vui chân thật trong cuộc sống, và nhờ đó mà vượt lên được tất cả những điều nhỏ nhặt, tầm thường. Đó là điều kiện cơ bản nhất để các bạn có thể có được một gia đình hạnh phúc.

BÀY TỎ SỰ QUAN TÂM

Vâng, điều đó là cần thiết. Khi yêu thương nhau, tôi tin một điều tất nhiên là các bạn rất quan tâm đến nhau. Nhưng sự quan tâm đó cần được bày tỏ một cách cụ thể mà không phải chỉ nằm trong suy nghĩ. Có một số điều mà bạn có thể cho là vụn vặt không cần thiết, nhưng thật ra chúng lại là những nguồn vui rất lớn mà các bạn có thể mang đến cho nhau. Và như một quy luật tất yếu, càng nhiều niềm vui được mang đến cho nhau thì tình yêu của các bạn sẽ càng được nuôi dưỡng để ngày càng thắm thiết, nồng nàn hơn.

Rất ít người trong chúng ta nhận ra điều này: Có những công việc bạn làm trong gia đình mà ý nghĩa của chúng không chỉ là một công việc thông thường, chúng có thể trở thành một thứ ngôn ngữ đặc biệt để bày tỏ sự quan tâm đến nhau.

Một buổi sáng bạn xong việc và về nhà sớm hơn thường lệ. Vì thế, cô ấy vẫn còn ở sở làm chưa về. Và cũng vì thế mà bạn có dịp nhìn thấy quang cảnh bề bộn của căn nhà sau một buổi sáng nghịch phá của bọn trẻ. Thường thì cô ấy về sớm hơn bạn và đã dọn dẹp đâu vào đó trước khi bạn về đến nhà. Lần này thì bạn quyết định thử làm điều ngược lại. Bạn thay quần áo và nhanh chóng bắt tay vào việc dọn dẹp. Tôi không nghĩ là bạn có thể làm điều đó tốt hơn cô ấy, nhưng chắc chắn là bạn làm được. Sau một lát thì mọi thứ ít ra cũng dễ nhìn hơn là hiện trạng bạn nhìn thấy ban đầu. Sau đó, bạn quyết định sử dụng thời gian còn lại để làm một điều gì đó giúp cô ấy. Bạn vào bếp và lấy gạo, vo sạch rồi cho vào nồi cơm điện. Ngay lúc ấy thì cô ấy về và nhìn thấy bạn đang loay hoay trong bếp.

Tôi nghĩ là bạn có thể hình dung được tâm trạng của cô ấy vào lúc này. Không chỉ là chút thời gian thư giãn ít ỏi có được nhờ vào việc bạn đã làm giúp "phần việc" của cô ấy. Sự việc có ý nghĩa nhiều hơn thế. Cô ấy sẽ thấy được một cách cụ thể sự quan tâm của bạn dành cho cô ấy, vì bạn đã không tranh thủ thời gian về sớm để nghỉ ngơi, đọc báo hay nghe nhạc... Bạn đã làm một điều gì đó "vì quan tâm đến cô ấy". Và điều này chắc chắn sẽ mang lại cho cô ấy một niềm vui sướng rất lớn lao.

Tương tự, có rất nhiều công việc nhỏ nhặt hằng ngày mà các bạn có thể làm để bày tỏ sự quan tâm đến nhau. Một ngày chủ nhật được dành trọn để cùng nhau dọn dẹp, trang hoàng nhà cửa sẽ mang lại cho cả hai niềm vui lớn lao hơn là những cuộc vui chơi riêng lẻ. Thỉnh thoảng, khi có thời gian bạn cũng có thể giúp cô ấy nhặt rau, rửa rau trong khi chuẩn bị bữa ăn gia đình. Cô ấy cũng có thể giúp bạn cùng sắp xếp lại kệ sách hay tự tay làm món bánh ngọt để cả gia đình cùng ăn. Những điều này nghe có vẻ rất nhỏ nhặt, nhưng niềm vui mang lại sẽ không nhỏ chút nào. Vì như đã nói, ý nghĩa quan trọng nhất của chúng là giúp các bạn bày tỏ sự quan tâm đến nhau.

Sự quan tâm đến công việc của nhau cũng là một cách biểu hiện tốt. Bạn có thể lưu ý nhắc nhở anh ấy về một cuộc hẹn mà bạn đã nghe biết, chuẩn bị những thứ cần thiết trước khi anh ấy đến sở làm, hoặc mua một vài món đồ dùng mà bạn biết là anh ấy cần đến...

Chỉ cần các bạn nhận hiểu được vấn đề, các bạn sẽ dễ dàng nghĩ ra được những việc "nhỏ nhặt" nào nên làm. Thỉnh thoảng có một vài việc "nhỏ nhặt" được làm theo cách này là phương thức tốt nhất để giúp các bạn ngày càng gắn bó nhau hơn trong một gia đình tràn đầy hạnh phúc.

ĐỪNG QUY LỖI CHO NHAU

à những con người bình thường, hầu hết chúng ta đều không tránh khỏi việc thỉnh thoảng có những lúc bực dọc, cáu gắt hay buồn nản vì một lý do nào đó. Mỗi lần như thế, khuynh hướng tự nhiên của chúng ta là muốn tìm một đối tượng nào đó để hứng chịu sự bực dọc, cáu gắt hay buồn nản của mình. Chẳng thế mà tục ngữ vẫn có câu: "Giận cá chém thớt".

Điều tồi tệ là đối tượng của cái "khuynh hướng tự nhiên" này rất thường là người mà chúng ta yêu thương nhất, đơn giản là vì người ấy gần gũi chúng ta nhiều nhất. Những lúc trong người bực dọc, thế nào bạn cũng sẽ tìm được ít nhất là một vài lý do để trút cơn giận tức hay cáu gắt của mình lên những người quanh mình. Thật không may là chính vợ hay chồng của bạn luôn là người chịu đựng khuynh hướng này nhiều nhất.

Chỉ cần một chút tỉnh táo và suy nghĩ lại, bạn sẽ thấy được sự vô lý của khuynh hướng này. Hơn thế nữa, bạn cũng sẽ thấy là nó gây ảnh hưởng tai hại như thế nào trong mối quan hệ vợ chồng. Thật ra thì những bực dọc, cáu gắt của bạn không hề nhờ đó mà giảm bớt. Chúng chỉ có vẻ như dễ chịu hơn đối với bạn mà thôi, nhưng ngược lại, nó sẽ làm thương tổn rất nhiều cho mối quan hệ tình cảm của các bạn. Điều bạn nên làm trong trường hợp này là hãy tỉnh táo quan sát chính mình để thấy được những nguyên nhân thật sự của vấn đề. Thường thì nguyên nhân có thể nằm ở bất cứ đâu đó, nhưng không phải ở nơi vợ hoặc chồng của bạn. Vì thế, cách giải quyết hợp lý vấn đề không phải là tìm cách trút nỗi bực dọc của bạn lên vợ hoặc chồng mình.

Sự quá tải trong công việc cũng rất thường là nguyên nhân tạo ra tâm trạng không tốt của bạn. Khi bạn chúi mũi vào công việc và không có bất cứ một khoản thời gian nghỉ ngơi nào cho riêng mình, bạn không thể giữ được một tâm trạng vui vẻ cởi mở. Trong trường hợp đó, bạn cần phải điều chỉnh thời gian dành cho công việc, thay vì là để cho sự cáu gắt, bực dọc xâm chiếm tâm hồn. Một khi bạn nhận ra vấn đề, bạn sẽ ngạc nhiên một cách thú vị khi thấy là mọi việc rồi cũng vẫn qua đi ngay cả khi bạn dành ra một khoản thời gian nghỉ ngơi hợp lý cho riêng mình. Hơn thế nữa, điều chắc chắn là bạn sẽ có thể giải quyết công việc một cách hiệu quả hơn, trong một tâm trạng vui vẻ hơn, và do đó cũng sẽ thoải mái hơn.

Việc phân tích chính xác những nguyên nhân thực sự gây ra tâm trạng bực dọc, cáu gắt hay khó chịu của các bạn là điều hợp lý và cần thiết, nhưng không phải bao giờ cũng có thể làm được. Sẽ có những trường hợp mà các bạn cáu gắt vô cớ hoặc bởi những nguyên nhân mơ hồ, không rõ ràng nào đó. Tuy nhiên, ngay cả trong những trường hợp đó thì việc tìm cách quy lỗi cho nhau vẫn là một khuynh hướng cần nên tránh. Suy cho cùng, quan hệ gia đình là chỗ dựa tinh thần an toàn và vững chắc nhất của bạn, tại sao bạn không tìm cách bảo vệ mà lại làm thương tổn mối quan hệ ấy?

Nếu các bạn luôn biết làm chủ tâm trạng của mình để đừng bao giờ quy lỗi cho nhau, bạn sẽ ngăn ngừa được rất nhiều trường hợp không hay xảy ra có thể gây thương tổn cho hạnh phúc gia đình của bạn.

VUI BUỒN CÓ NHAU

Đường đời không bao giờ là một con đường bằng phẳng. Cho dù các bạn có may mắn không gặp phải những chông gai nguy hiểm, thì điều tất nhiên là cũng phải có những lúc lên dốc xuống đèo. Với sự gắn bó dài lâu của quan hệ vợ chồng, điều quan trọng là các bạn cần phải biết lường trước những tình huống tốt đẹp cũng như tồi tệ mà các bạn có thể sẽ cùng nhau vượt qua.

Vui sống hạnh phúc trong một gia đình với mức thu nhập cao và ổn định là điều dễ hiểu. Nhưng liệu lâu đài hạnh phúc của các bạn có bị lung lay chăng khi anh ấy mất việc hoặc làm ăn thua lỗ? Liệu bạn có giữ được tình yêu nồng thắm như xưa khi cô ấy mắc phải một căn bệnh hiểm nghèo tiêu tốn nhiều tiền bạc và không thể làm gì để đóng góp vào thu nhập của gia đình? Những câu hỏi này có thể là không khó trả lời lắm về mặt lý thuyết, nhưng nếu các bạn không có một sự chuẩn bị tinh thần thích đáng, nó sẽ không dễ dàng chút nào khi hoàn cảnh thực sự xảy ra.

Ở một góc độ thường gặp hơn, những giai đoạn thay đổi khác nhau của sinh hoạt gia đình là không sao tránh khỏi. Có những lúc thong thả, cũng sẽ có những lúc mà các bạn cực kỳ bận rộn. Có những lúc công việc suôn sẻ, cũng sẽ có những lúc gặp nhiều khó khăn. Một quan hệ tốt là một quan hệ có thể gắn bó cùng nhau qua tất cả những sự biến chuyển, thay đổi trong cuộc sống gia đình.

Vì thế, những giai đoạn khó khăn trong cuộc sống gia đình chính là những cơ hội để các bạn củng cố và khẳng định tình yêu thương dành cho nhau. Khi các bạn có thể cùng nhau chia sẻ một giai đoạn khó khăn, điều đó sẽ có ý nghĩa hơn cả ngàn vạn lời nói yêu thương nhau trong những lúc thuận buồm xuôi gió.

Dù trong bất cứ hoàn cảnh nào, các bạn cần phải là chỗ dựa tinh thần vững chắc cho nhau, luôn nâng đỡ nhau cả về tinh thần lẫn thể chất để cùng nhau vượt qua những khó khăn tất yếu phải có trong việc gầy dựng và nuôi dưỡng một gia đình.

Phần lớn các khó khăn rồi sẽ qua đi, các bạn có thể vẫn cùng nhau tiếp tục chung bước trên con đường đi đến tương lai, nhưng sự khác biệt trong thái độ của các bạn có thể là rất lớn. Nếu các bạn sát cánh bên nhau, nâng đỡ cho nhau trong từng giai đoạn khó khăn, luôn ủng hộ cho những nỗ lực của nhau, điều đó sẽ trở thành một nhân tố tích cực quan trọng gắn bó khăng khít quan hệ gia đình của các bạn. Nhưng nếu các bạn để cho những khó khăn tác động làm thay đổi tâm trạng của mình, luôn than vãn về những tình huống không may, quy lỗi cho nhau trong từng sự việc, hoặc đơn giản chỉ là bày tỏ mong muốn cho mọi chuyện khác đi, những điều đó sẽ chẳng giúp ích gì cho các bạn trong thực tế giải quyết vấn đề, nhưng sẽ để lại những thương tổn lâu dài về sau, làm rạn nứt mối quan hệ tình cảm của các bạn.

Chúng ta không phải lúc nào cũng có thể quyết định được vận mệnh của mình. Có những lúc chúng ta cũng đành phải chào thua số phận khi "họa vô đơn chí" và kinh tế gia đình có thể liên tục sa sút không sao cứu vãn. Tuy nhiên, thái độ đón nhận hoàn cảnh ấy như thế nào là hoàn toàn do chính chúng ta quyết định chọn lựa. Bạn vẫn có thể có một gia đình nghèo khó nhưng tràn đầy hạnh phúc, khăng khít gắn bó vui buồn có nhau, hoặc là bạn sẽ mất hết tất cả từ vật chất đến tinh thần. Điều đó hoàn toàn tùy thuộc vào sự sáng suốt lựa chọn của chính bạn.

NHỮNG GÌ LÀ QUAN TRỌNG?

ột câu hỏi đơn giản nhưng không dễ trả lời. Nếu có một lúc nào đó các bạn cùng ngồi lại với nhau và nghiêm túc đặt ra câu hỏi này: Những gì là quan trọng nhất trong cuộc sống chung mà sau này các bạn sẽ luôn nhớ đến? Hãy hình dung các bạn đã đi hết đường đời bên nhau và cùng nhau nhớ lại cuộc sống đã qua. Bạn sẽ nhớ đến những gì? Những điều gì có thể xem là quan trọng nhất mà các bạn đã cùng nhau trải qua?

Tuy có vẻ như trừu tượng, nhưng thực tế thì đây là một trong những bài tập trắc nghiệm rất lý thú và bổ ích cho các bạn trong cuộc sống chung. Khi nghiêm túc suy nghĩ về vấn đề này, có thể các bạn sẽ nhận ra một vài điều mà trước đây các bạn chưa từng nghĩ đến.

Với thời gian trôi qua, rất nhiều sự việc mà chúng ta tưởng như quan trọng, nhiều sự việc thậm chí đã làm cho các bạn phải bất hòa, tranh cãi với nhau... lại thực sự được nhận ra là chẳng có gì quan trọng. Bạn có thể nổi khùng lên khi một bộ đồ chuẩn bị đi dự họp chưa được giặt ủi kịp. Bạn có thể bực mình tưởng như không sao chịu được khi anh ấy liên tục quên không mua món đồ bạn cần sau ba lần ra phố, và lần nào bạn cũng đã nhắc trước khi đi. Bạn cũng có thể làm ầm lên cả buổi sáng khi cô ấy đã không lưu ý đến lũ trẻ để bàn làm việc của bạn bị chúng làm rối tung. Nhưng khi trả lời câu hỏi nêu trên, tôi không nghĩ là các bạn sẽ cho những chuyện đó là quan trọng. Thậm chí, sự thật là rất nhiều sự việc tương tự như thế sẽ không còn được nhớ đến khi thời gian trôi qua. Tương tự, những quan tâm lo lắng của các bạn về tiền bạc, quần áo, nhà cửa... rồi cũng sẽ đi dần vào quên lãng, và nếu có còn được nhớ đến cũng không đáng để được xem như những điều quan trọng.

Nhưng tất cả những gì chúng ta vừa nhắc đến vẫn là tất yếu trong cuộc sống. Chúng ta không thể có một cuộc sống tốt đẹp nếu không chúng ta không làm tốt từng chuyện nhỏ nhặt trong cuộc sống. Vấn đề muốn đề cập ở đây là, với thời gian trôi qua, chẳng hạn như khi chúng ta đã sống đến gần cuối cuộc đời này, thì những điều ấy sẽ không còn có ý nghĩa quan trọng gì nữa cả.

Những gì thường được xem là quan trọng đối với nhiều người trong chúng ta khi tham gia bài tập trắc nghiệm thú vị này lại chính là sự chia sẻ tình yêu trong cuộc sống bên nhau, niềm vui được yêu thương và chăm sóc con cái cũng như nhìn chúng lớn lên qua từng năm tháng, và sự trưởng thành về mặt tâm linh hay tình cảm trong tâm hồn mỗi người trong suốt cuộc đời. Bạn có thể có những nhận xét riêng theo cách của mình, nhưng có lẽ bạn sẽ không phủ nhận rằng đến giây phút hấp hối cuối đời của mỗi chúng ta, chính những điều này sẽ được chúng ta nhớ đến, chứ không phải là những "sóng gió đời thường" mà hiện chúng ta vẫn phải quan tâm mỗi ngày.

Việc thực hành bài tập trắc nghiệm này có tác dụng rất tích cực trong việc thay đổi cách nhìn của mỗi chúng ta về cuộc sống. Nhiều sự việc nghiêm trọng sẽ bớt đi phần nghiêm trọng khi được nhìn nhận theo cách này. Nhiều phiền muộn, bực dọc sẽ không còn đè nặng trong tâm hồn chúng ta nữa. Bởi vì, khi bạn biết chắc rằng một sự việc rồi sẽ không có gì là quan trọng trong tương lai, tại sao lại không thấy trước điều đó ngay từ bây giờ?

Với cách nhìn này, các bạn vẫn phải đối mặt và giải quyết tất cả những vấn đề hằng ngày trong cuộc sống một cách tích cực, nhưng các bạn cũng đồng thời nhận ra giá trị thực sự của chúng trong dòng thời gian để không bị cuốn hút vào những lo toan, phiền muộn hay cáu gắt, bực dọc một cách không cần thiết. Chính điều này sẽ làm thay đổi môi trường tình cảm trong gia đình các bạn để đảm bảo một quan hệ gia đình hạnh phúc.

NIỀM VUI CHO NHAU

Cho dù các bạn chung sống cùng nhau dưới một mái gia đình, cùng chung trách nhiệm chăm sóc nuôi dưỡng con cái, nhưng điều đó cũng không có nghĩa là mọi thứ đều giống nhau. Là những con người, mỗi chúng ta đều có những nét riêng của mình, từ sở thích cho đến quan điểm sống, những ước mơ trong cuộc sống hay việc chọn lựa bạn bè để giao tiếp... Với những cái "riêng" đó, điều tất nhiên là sẽ có những lúc mà điều làm vui lòng người này lại không vui cho người kia. Điều này có thể trở thành một trong các nguyên nhân tạo ra sự ngăn cách, nhưng nếu các bạn luôn biết nghĩ đến niềm vui cho nhau thì những khác biệt nhỏ nhặt sẽ không thể vượt qua được những điểm chung rất lớn của các bạn.

Làm vui lòng người bạn đời của mình luôn là một quyết định khôn ngoan cần được cân nhắc. Trừ khi có những tác hại lớn lao ngăn cản bạn làm điều đó, bằng không thì trong hầu hết các trường hợp, cái giá phải trả cho việc này luôn luôn là xứng đáng. Khi nói đến "cái giá phải trả", ý tôi muốn đề cập đến phần thiệt thòi nhất định mà bản thân bạn phải chấp nhận hy sinh để có thể làm vui lòng anh ấy hoặc cô ấy trong từng trường hợp.

Làm vui lòng vợ hoặc chồng mình không có nghĩa là một sự nhượng bộ hay "xuống nước". Đó chỉ là một sự cân nhắc khôn ngoan giữa những gì có thể được và mất đối với hạnh phúc gia đình. Một người vợ hoặc chồng với tâm trạng vui vẻ sẽ là một người vợ hoặc chồng dễ tính, đáng yêu và sẵn lòng cảm thông, chia sẻ. Ngược lại, sự không vui, tùy theo mức độ, có thể là nguyên nhân dẫn đến nhiều phiền toái không đáng có cho cả hai người.

Khi bạn nhường anh ấy xem đá bóng và phải bỏ lỡ một

chương trình yêu thích của mình, điều đó không có nghĩa là một sự thua kém. Chỉ đơn giản là bạn muốn làm vui lòng anh ấy, và chắc chắn anh ấy hiểu được điều đó. Khi bạn vui vẻ đồng ý để cô ấy đi dự một buổi họp mặt bạn cũ và chấp nhận tự mình chăm sóc con cái, điều đó tất nhiên sẽ không dễ chịu chút nào, nhưng đổi lại bạn biết là đã làm vui lòng cô ấy. Những sự việc nhỏ nhặt như trên thật ra lại chỉ có thể được duy trì thực hiện thường xuyên khi các bạn hiểu được vấn đề và xác định một thái độ khôn ngoan đúng đắn. Nếu không, các bạn sẽ rất thường có khuynh hướng va chạm lẫn nhau thay vì là cố gắng làm vui lòng nhau.

Giải pháp này thường ít được quan tâm đến, nhưng nó lại thực sự là một trong những "bí quyết" để xây dựng hạnh phúc gia đình. Từng niềm vui nhỏ nhặt mà các bạn luôn quan tâm mang đến cho nhau sẽ góp phần tạo nên một môi trường tình cảm tích cực. Và một hệ quả tất yếu có thể bạn không nghĩ đến từ đầu nhưng bao giờ cũng có là bạn sẽ luôn nhận được một thái độ tương ứng từ vợ hoặc chồng mình. Và khi mỗi người đều nghĩ và làm những điều mang lại niềm vui cho nhau, cuộc sống của các bạn sẽ tràn ngập những niềm vui để lại tiếp tục tạo ra thêm những niềm vui khác.

Suy cho cùng, khi quyết định tiến đến hôn nhân là các bạn đã quyết định hy sinh cả cuộc đời cho nhau, một vài thiệt thòi nho nhỏ nhận lãnh về phần mình liệu có đáng gì kia chứ? Thật không may là rất nhiều người chỉ nghĩ đến điều lớn lao mà lại thường quên đi những điều nhỏ nhặt. Nhưng chính những điều nhỏ nhặt mới là những điều mà bạn phải đối mặt mỗi ngày. Vì thế, hãy tỉnh táo nhận thức đúng vấn đề. Chỉ cần các bạn biết cân nhắc việc làm vui lòng nhau, những khác biệt của các bạn trong cuộc sống sẽ không còn là điều đáng kể nữa, và hạnh phúc gia đình chắc chắn sẽ ngày càng được vun bồi vững chắc mà không có nguy cơ rạn nứt vì những nguyên nhân không đáng có.

76

ĐỪNG ĐÁNH MẤT TÌNH YÊU

Đôi khi chúng ta không làm đúng như những gì mình nói, chỉ đơn giản vì chúng ta không hiểu đúng vấn đề. Khi các bạn đến với nhau, những lời yêu thương đầu tiên luôn đi kèm với những hứa hẹn dài lâu, chẳng hạn như là "Anh mãi mãi yêu em" hay những câu tương tự như thế. Rồi một ngày khi các bạn tiến đến hôn nhân, bạn bè và thân quyến cũng chia sẻ niềm vui với lời cầu chúc "trăm năm hạnh phúc"!

Nhưng một sự thật mà ít người quan tâm là, một gia đình hạnh phúc không thể thiếu vắng tình yêu. Vì thế, nếu tình yêu của các bạn không duy trì được cho đến "trăm năm", thì các bạn cũng không thể nào được "trăm năm hạnh phúc". Tôi muốn nói đến tình yêu thực sự mà các bạn đã dành cho nhau trong những ngày đầu tiên và luôn hứa hẹn sẽ "mãi mãi yêu nhau". Rất nhiều trong số những cặp vợ chồng mà chúng tôi quen biết không nghĩ đến điều này. Họ vẫn tưởng rằng chỉ cần duy trì được cuộc sống chung bên nhau và chung lo cho con cái là đủ để xem như một "gia đình hạnh phúc", ngay cả khi bóng dáng tình yêu trước đây của họ đã không còn nữa!

Đã đến lúc chúng ta nên cân nhắc lại vấn đề. Thường thì các bậc cha mẹ muốn dành trọn mọi thứ cho con cái một khi hai người đã có con, và nhất là khi các con của họ ngày càng khôn lớn. Điều đó là hoàn toàn đúng đắn. Nhưng liệu có phải vì trách nhiệm chăm lo nuôi dưỡng con cái mà các bạn nhất thiết phải đánh mất tình yêu của mình hay chăng? Chính vì sự bất hợp lý trong nhận thức ở điểm này mà rất nhiều cặp vợ chồng trải qua năm tháng chỉ còn gắn bó với nhau qua con cái mà thôi, trong khi tình cảm giữa hai người là một đống tro tàn nguội lạnh, và tình yêu một thời nồng ấm thì nay không còn lưu lại được chút dấu vết nào.

Trong thực tế, tình yêu như một loài hoa cần được chăm sóc nuôi dưỡng để có thể tồn tại và phát triển. Nếu các bạn không quan tâm đến nó, một ngày kia nó sẽ không còn nữa và điều đó không có gì là đáng ngạc nhiên. Điều cần nhấn mạnh ở đây là, nếu bạn thực sự muốn có một gia đình hạnh phúc, bạn nhất thiết không thể đánh mất tình yêu!

Chúng tôi không phủ nhận sẽ có rất nhiều khó khăn trong cuộc sống chung, với sự cọ xát va chạm hằng ngày, với sự bộc lộ của những điều không vừa ý nhau, với những tác động của cuộc sống phức tạp... có thể làm cho các bạn khó lòng mà giữ được một tình yêu thơ mộng như thuở ban đầu, khi mà mọi thứ đều được nhuốm một màu hồng tươi tuyệt đẹp. Tuy nhiên, những yếu tố có thể gây tác động tiêu cực đã lần lượt được chúng tôi đề cập đến trong tập sách này với một nỗ lực muốn chứng tỏ là không gì có thể làm cho bạn phải đánh mất tình yêu, trừ khi bạn chọn lấy điều đó.

Khi các bạn thực sự đi đúng đường, tình yêu của các bạn sẽ trưởng thành theo năm tháng mà không phải là phai nhạt dần đi, bởi vì mỗi ngày các bạn đều có làm một điều gì đó để nuôi dưỡng nó. Tôi muốn nói đến sự trưởng thành, là vì sẽ không còn nữa những bốc đồng thơ mộng của thuở ban đầu, mà giờ đây là sự đằm thắm sâu xa của một tình yêu gắn bó các bạn qua năm tháng, một tình yêu mang lại cho các bạn sức mạnh để thực hiện vai trò lớn lao của những người chủ gia đình thực sự, những bậc cha mẹ đầy tinh thần trách nhiệm.

Chúng ta không phủ nhận trách nhiệm gầy dựng sự nghiệp gia đình, nuôi dưỡng và chăm sóc con cái, và kèm theo là hàng khối những công việc, trách nhiệm khác nữa... nhưng những điều đó hoàn toàn không phải là nguyên nhân làm phai nhạt dần tình yêu của các bạn. Chúng đã thực sự làm được điều đó chỉ là nhờ vào sự thiếu hiểu biết của mỗi chúng ta. Nếu chúng ta chọn điều ngược lại, biết gìn giữ và nuôi dưỡng tình yêu, thì chính tình yêu sẽ là một lợi thế lớn lao tiếp sức cho mỗi chúng ta trong việc đối mặt với từng vấn đề khó khăn của cuộc sống. Và chỉ như vậy chúng ta mới có thể được xem là thực hiện đúng theo những hứa hẹn từ thuở ban đầu.

Điều gì làm cho quá nhiều người trong chúng ta không giữ được tình yêu qua những năm tháng cùng nhau chung sống? Trong hầu hết các trường hợp, chỉ đơn giản là vì các bạn không hề nhận biết điều đó đang xảy ra: sự phai nhạt dần dần của một tình yêu không được nuôi dưỡng bằng những chất liệu thích hợp. Khi phải đối mặt với quá nhiều khó khăn trong cuộc sống, các bạn thường trở nên lúng túng và bị động, bị xô đẩy bởi hoàn cảnh mà ít khi có thể vững vàng làm chủ được mình. Hơn thế nữa, khi các bạn bắt đầu trở thành những người cha, người mẹ, trong lòng các bạn tràn ngập tình yêu thương dành cho con cái và nhất thời các bạn có thể có cảm giác như không còn chỗ đứng cho tình yêu giữa các bạn.

Các bạn có thể không thừa nhận điều này, nhưng sự thật là chính vì thiếu sự nhận thức đúng đắn và kết hợp hài hòa giữa sự yêu thương dành cho con cái và tình yêu các bạn dành cho nhau mà phần lớn trong chúng ta đã đánh mất tình yêu. Điều đó thật đáng tiếc, bởi vì các bạn vẫn có thể, và lẽ ra cần phải, duy trì và nuôi dưỡng cả hai tình cảm ấy. Trong thực tế, chúng không hề mâu thuẫn hoặc chiếm chỗ của nhau, mà ngược lại còn là động lực để nuôi dưỡng cho nhau. Hơn thế nữa, một bầu không khí ngập tràn hạnh phúc trong gia đình còn có tác dụng vô cùng tích cực đối với sự phát triển tình cảm của con cái.

Tình yêu của các bạn không hề làm cho các bạn giảm nhẹ chút nào sự thương yêu và chăm sóc con cái. Ngược lại, đánh mất đi tình yêu, việc chăm sóc con cái của các bạn sẽ phần nào đó trở thành một thứ bổn phận khô khan mà bạn cảm thấy bắt buộc phải làm nhưng không có đủ những chất liệu tình cảm để tạo ra sự say mê và hưng phấn.

Là cha mẹ, chúng ta luôn yêu thương con cái với một tình thương không bút mực nào tả xiết. Chúng ta dành những gì tốt đẹp nhất cho các con, và thậm chí là cả cuộc đời này của chúng ta có thể xem như hy sinh trọn vẹn cho con cái. Không có các con, chúng ta không có được một gia đình trọn vẹn. Chúng ta yêu thương chăm sóc chúng, và bù lại chúng mang đến cho chúng ta niềm vui không thể tả bằng lời, niềm vui của những người làm cha mẹ được nhìn các con lớn lên từng ngày trong sự chăm sóc nuôi dưỡng của chính mình.

Nhưng điều đó không ngăn cản các bạn yêu thương nhau nồng thắm. Các bạn đã quyết định sống gắn bó cùng nhau không chỉ trong một giai đoạn nào đó, mà là suốt cả một cuộc đời, mà là đến "răng long tóc bạc". Trong thực tế, nếu các bạn đủ may mắn, các con rồi sẽ trưởng thành và chắp cánh tung bay trước khi các bạn rời bỏ cuộc đời này, và các bạn rồi sẽ trải qua giai đoạn tuổi già "buồn vui có nhau". Vì thế, việc nuôi dưỡng tình yêu trong quan hệ hôn nhân không chỉ là một điều tích cực cần quan tâm, mà xét cho cùng còn là một điều quan trọng nhất thiết phải làm để đảm bảo cho các bạn thực sự được "trăm năm hạnh phúc".

Chỉ cần các bạn nhận hiểu được vấn đề, các bạn sẽ biết nên thực hiện điều đó như thế nào. Một trong những thay đổi thường gặp nhất có thể là: đừng nghĩ rằng vì chăm lo cho con cái mà có thể bỏ qua sự quan tâm đến vợ hoặc chồng mình. Cả hai vấn đề đều quan trọng và đều không thể bỏ qua, và không có gì bắt buộc các bạn phải chọn một trong hai cả. Hãy nghĩ đến cả hai, bạn có thể làm được điều đó. Và những gì được trình bày trong tập sách mỏng này đều là nhằm giúp bạn hướng đến điều đó.

Năm tháng rồi sẽ qua đi, nhưng những quyết định của bạn về sau sẽ không thể thay đổi được. Hãy cân nhắc ngay từ hôm nay trước khi quá muộn. Bạn sẽ cảm nhận được một điều: không có tình yêu thì không thể có một gia đình thực sự hạnh phúc.

HÃY THA THỨ CHO NHAU

ỗi người trong chúng ta đều thỉnh thoảng mắc phải những sai lầm. Đôi khi bạn nói ra điều gì đó không thích hợp, đưa ra một nhận xét không đúng đắn hoặc một lời đùa cợt gây khó chịu cho ai đó, hoặc có những thái độ mà lẽ ra không nên có trong giao tiếp... Những chuyện tương tự như trên hầu như xảy đến với bất cứ ai, ngay cả với những người có thể được xem là khôn ngoan hoặc thận trọng nhất. Điều đó dễ hiểu, vì mỗi chúng ta đều là một con người, và không con người nào có thể hoàn toàn không mắc phải sai lầm.

Trong quan hệ vợ chồng cũng không có ngoại lệ. Thỉnh thoảng có những lúc cô ấy nói ra điều gì đó mà bạn thấy là không thể chấp nhận được. Hoặc thỉnh thoảng có những lúc anh ấy trở nên bực dọc, cáu gắt không chịu được... Vấn đề ở đây là, chỉ thỉnh thoảng mà thôi, và không ai trong chúng ta hoàn toàn tránh được những cái "thỉnh thoảng" không hay như thế...

Nếu các bạn nhận ra điều đó, mọi việc sẽ trở nên thoải mái hơn nhiều mà không có gì đáng để phải "to chuyện". Trong cuộc sống chung vui buồn có nhau, chúng ta không chỉ chia sẻ cùng nhau những gì tốt đẹp, mà là cả những điều không tốt đẹp nữa. Cá tính mỗi người có những khuyết điểm nhất định, và trong cuộc sống thỉnh thoảng lại có những khoảnh khắc sai lầm nhất định. Những điều đó là tất nhiên, các bạn cần phải biết cách chấp nhận và tha thứ nếu muốn sống vui vẻ bên nhau. Và hơn thế nữa, bản thân chúng ta cũng không tránh khỏi thỉnh thoảng có những lúc sai lầm. Vì thế, tha thứ và được tha thứ sẽ đan xen lẫn nhau và vấn đề có thể được xem như hoàn toàn công bằng.

Khi một nhận xét không đúng đắn hay một thái độ không hợp lý được đưa ra, bạn có thể chọn lựa giữa hai thái độ. Làm rõ tính cách sai trái của vấn đề và bày tỏ thái độ phản đối theo cách của mình, hoặc chấp nhận vấn đề như một chuyện tất nhiên phải có và đáp lại bằng một thái độ cảm thông, tha thứ. Bằng cách nào, bạn cũng đều có lý. Nhưng chỉ có một cách nuôi dưỡng được tình yêu của các bạn, còn cách kia thì ngược lại, tạo ra một khoảng cách giữa hai người.

Khi bạn chọn thái độ cảm thông và tha thứ, bạn có thể tin chắc rằng vợ hoặc chồng mình rồi sẽ tự nhận biết được sai lầm khi sự việc đã qua đi. Và bạn đã tránh cho anh ấy hoặc cô ấy một thương tổn nhất định để có thể vẫn giữ được sự thoải mái trong tình cảm giữa hai người. Ngược lại, thái độ chỉ trích và phản đối có thể sẽ đạt đến kết quả là buộc anh ấy hay cô ấy nhận lỗi, nhưng để lại một thương tổn khó hàn gắn trong quan hệ giữa đôi bên. Nhiều lần như thế, anh ấy hoặc cô ấy sẽ cảm thấy luôn cần phải "thận trọng" trong việc tiếp xúc với bạn. Chưa nói đến một viễn cảnh khác có thể tồi tệ hơn: bùng nổ một vụ tranh cãi không cần thiết.

Những sai sót thỉnh thoảng xảy ra không phải là điều quan trọng để có thể ảnh hưởng đến quan hệ của các bạn, hãy để chúng tự nhiên qua đi theo thời gian. Nếu các bạn thiếu sự tỉnh táo để có thể nhận thức đúng vấn đề, thái độ ứng xử của các bạn có thể dẫn đến những điều không hay. Sự cảm thông và tha thứ trong những trường hợp này luôn là một thái độ khôn ngoan.

Tất nhiên là chúng ta đang nói đến những sai lầm không đáng kể và chỉ thỉnh thoảng xảy ra, chẳng hạn như một lời nói đùa không phải lúc hoặc một nhận xét sai lệch... Những trường hợp được đánh giá là nghiêm trọng tất nhiên là cần có thái độ khác hơn, bởi vì cảm thông và tha thứ không có nghĩa là cam chịu những hành vi hay thái độ vượt quá chuẩn mực của một mối quan hệ bình thường.

Thái độ cảm thông và tha thứ chính là biểu hiện của tình yêu, và sẽ giúp nuôi dưỡng tình yêu ngày càng nồng thắm gắn bó hơn.

ĐỪNG MANG CĂNG THẲNG VỀ NHÀ

ất kể là bạn làm công việc gì, lao động chân tay hay công việc trong văn phòng, một ngày làm việc luôn vắt cạn đi sinh lực của bạn và tạo ra một tâm trạng không được dễ chịu lắm sau đó cho bất cứ ai cần giao tiếp với bạn. Thật không may là dù muốn hay không thì vợ hoặc chồng của bạn cũng sẽ là người luôn phải tiếp xúc với bạn vào lúc này.

Khi mệt mỏi và căng thẳng, chúng ta luôn nhìn mọi thứ với cặp mắt khó chịu hơn. Điều này càng đặc biệt nhân lên gấp bội nếu bạn trải qua một ngày làm việc không mấy tốt đẹp: gặp khó khăn trong công việc, tranh cãi với đồng nghiệp, bất đồng với xếp... Tất cả những điều đó dồn nén trong lòng bạn thành một sự bực dọc và sẵn sàng bùng nổ khi có ai đó châm ngòi. Và người có nhiều khả năng làm điều đó nhất lại chính là vợ hoặc chồng của bạn.

Vì thế, sau một ngày làm việc căng thẳng, điều tốt nhất là bạn ý thức rõ điều này và tìm một giải pháp nào đó để giảm nhẹ vấn đề. Nói cách khác, điều tốt nhất nên làm là đừng mang sự căng thẳng về nhà.

Một trong những giải pháp có thể được chọn là nên dừng lại cách nhà một quãng trên đường về sau một ngày làm việc. Chọn một nơi có nhiều cây cối thoáng mát và bước đi chậm rãi dưới các tán cây. Trong vài ba phút sau đó, bạn có thể lặng ngắm vẻ đẹp thiên nhiên quanh mình. Không mất bao nhiêu thời gian, nhưng điều đó là vừa đủ để có được một chút thư giãn sau thời gian một ngày làm việc và trở về nhà với gia đình trong tâm trạng thư thái tốt hơn. Trong thời gian thư giãn này, bạn có thể hít thở thật sâu và tự nhắc nhở mình về sự may mắn đang được quay về với một mái gia đình yêu thương. Bạn có thể ngắm nhìn quang cảnh thiên nhiên và để tâm hồn hoàn toàn buông thả thật dễ chịu. Mọi lo toan tính toán trong một ngày làm việc được buông xả hết vào lúc này. Sau mấy phút thư giãn như thế, bạn có thể tiếp tục đi về nhà.

Sự khác biệt mà giải pháp này mang lại sẽ là rất tích cực. Thay vì rảo bước vào nhà trong tâm trạng mệt mỏi và gắt gỏng không thể tránh khỏi sau một ngày làm việc căng thẳng, bạn sẽ cảm thấy thật thư giãn và yêu thương. Và vì thế, bạn cũng cảm thấy mọi người trong gia đình như đang chào đón bạn với thái độ thân thiện và yêu thương hơn.

Bạn cũng có thể chọn một giải pháp nào đó khác hơn. Vấn đề ở đây không phải là cần làm gì, mà là làm thế nào để vất bỏ được sự căng thẳng sau một ngày làm việc. Sự căng thẳng đó là có thật, cả về thể xác lẫn tinh thần, và vì thế nó rất dễ dàng trở thành nguyên nhân làm phát sinh những va chạm không tốt đẹp.

Nếu bạn không thể buông xả mọi thứ trước khi về nhà, thì ít ra bạn cũng có thể chọn giải pháp làm điều đó trước tiên khi về nhà. Một người bạn của chúng tôi có thói quen đi tắm ngay khi về nhà sau một ngày làm việc. Điều đó giúp anh ta thư giãn cả về thể xác lẫn tinh thần, và mọi chuyện sau đó chắc chắn sẽ tốt hơn. Nếu bạn có được một mảnh vườn quanh nhà hoặc một khoảng sân rộng nhiều hoa kiểng, sẽ rất tuyệt vời để bạn dạo chơi trong chốc lát trước khi trở về với không khí gia đình. Trong không gian chật hẹp hơn, một người bạn khác của tôi chọn nghe một bản nhạc yêu thích trong khoảng năm phút ngay sau khi đi làm về. Điều đó cũng giúp anh ta cảm thấy tốt hơn khi tiếp xúc sau đó. Bạn có thể nghĩ ra và chọn lấy một giải pháp thích hợp cho riêng mình. Vấn đề là đừng để sự căng thẳng tác động đến những gì bạn sẽ nói và làm ngay sau một ngày làm việc.

CÓ ĐIỀU GÌ KHÔNG TỐT?

Chúng ta hãy thừa nhận một sự thật, mỗi chúng ta đều có ít nhất là một vài điều nào đó không được hài lòng đối với ý trung nhân của mình. Cho dù các bạn có may mắn có được một mối quan hệ tâm đầu ý hợp đến đâu đi chăng nữa, thì trong suốt quá trình sống chung ngày này sang ngày khác, năm này sang năm khác, cũng sẽ có những khía cạnh nhất định nào đó làm cho người bạn đời của bạn đôi lúc không hài lòng và phải âm thầm chịu đựng.

Hiểu được điều này, chúng ta sẽ có thể giải quyết vấn đề ngay từ khi nó còn chưa đến mức phải bộc lộ ra. Và cách tốt nhất để bạn biết được điều gì đang diễn ra trong suy nghĩ của vợ hoặc chồng mình là hãy thẳng thắn đặt câu hỏi trong một bối cảnh thích hợp. Có điều gì không tốt trong cách ứng xử hoặc trong tính cách của bạn?

Đôi khi, bạn có thể tự nhận biết những khuyết điểm của mình mà không cần phải hỏi anh ấy hay cô ấy. Và đôi khi bạn nhận biết được qua những phản ứng lặp lại nhiều lần của anh ấy hay cô ấy với những hành vi hoặc thái độ nào đó của bạn. Nhưng những điều đó có ý nghĩa hoàn toàn khác với một cuộc đối thoại trực tiếp.

Việc đối thoại trực tiếp và cởi mở sẽ đặt vấn đề ra theo một chiều hướng hoàn toàn tích cực, vì nó tạo ra sự thân mật, tin cậy giữa người hỏi và người đáp. Vào một dịp thích hợp nào đó - tất nhiên là bạn biết có rất nhiều dịp như thế trong quan hệ vợ chồng - hãy đặt ra những câu hỏi thẳng thắn. Hãy đề nghị anh ấy hoặc cô ấy nói cho bạn biết những khía cạnh nào là không tốt của bạn trong quan hệ giữa hai người.

Trong việc xây dựng một mối quan hệ tốt đẹp dài lâu, thái độ tích cực này sẽ có ý nghĩa nhiều hơn là bạn tưởng.

Nếu sự chân thành và cởi mở của bạn đủ để anh ấy hay cô ấy nói ra điều gì đó, đó sẽ là cơ hội rất tốt để các bạn ngăn ngừa trước một hiểm họa trong tương lai.

Nếu là một khuyết điểm nhỏ, nó sẽ được hóa giải theo hai cách. Thứ nhất, bạn sẽ biết để chú ý khắc phục. Thứ hai, vì các bạn đã cùng nhau đề cập đến vấn đề, anh ấy hoặc cô ấy sẽ cảm thấy dễ chịu hơn ngay cả khi bạn chưa thể khắc phục hoàn toàn khuyết điểm của mình ngay lập tức.

Nếu là một vấn đề nghiêm trọng hơn, các bạn sẽ có cơ hội để cùng nhau thảo luận sâu hơn, và cũng có thể bàn đến cả những biện pháp để cùng nhau khắc phục.

Một điểm tế nhị trong vấn đề là khi bạn chọn giải pháp công khai tìm hiểu vấn đề, sự chân thành và cởi mở của bạn sẽ có thể làm cho mọi việc thay đổi. Nhiều "thói xấu" nhỏ nhặt của bạn trước đây có thể làm cô ấy hơi khó chịu, nhưng có thể sẽ không được cô ấy nói ra, và sau thái độ tích cực của bạn chúng sẽ trở thành những điều không đáng kể hoặc thậm chí có thể trở thành "đáng yêu" là khác. Bạn biết đấy, điều rất dễ hiểu là "khi thương quả ấu cũng tròn" mà.

Và nếu mọi việc diễn tiến theo hướng tích cực, có thể bạn cũng sẽ nhận được những câu hỏi tương tự từ cô ấy hay anh ấy. Và các bạn sẽ cùng nhau tích cực hoàn thiện mối quan hệ của mình. Nhưng ngay cả cho dù không nhận được một phản ứng tích cực như thế cũng không sao. Đừng đòi hỏi cô ấy hoặc anh ấy phải làm điều tương tự như bạn. Chỉ một nỗ lực từ phía bạn cũng đủ để hoàn thiện rất nhiều cho mối quan hệ của các bạn rồi.

NHỮNG CÂU HỎI KHÔNG CẦN THIẾT

Một trong những thói quen của hầu hết chúng ta là muốn biết về tất cả mọi vấn đề, ngay cả những lúc không cần thiết. Vì thế, ngay khi nghe được một thông báo về điều gì, phản ứng đầu tiên của chúng ta thường là đặt những câu hỏi về vấn đề đó.

Trong quan hệ xã hội, điều này ít khi tạo thành vấn đề. Suy cho cùng, bạn cần biết càng nhiều càng tốt để có thể dễ dàng thích ứng với bất cứ thay đổi nào có thể xảy ra, và vì thế mà thừa vẫn hơn là thiếu. Nhưng trong quan hệ gia đình thì vấn đề có khác đi. Quá nhiều câu hỏi nhiều khi đồng nghĩa với một sự gia tăng căng thẳng không cần thiết.

Khi vợ hoặc chồng bạn thông báo một quyết định nào đó, nếu không cần thiết, tốt nhất là đừng đặt ra những câu hỏi. Chẳng hạn, cô ấy muốn đi thăm một người bạn cũ, hoặc anh ấy muốn mua thêm một cái cà-vạt mới... Nếu bạn đặt ra câu hỏi "tại sao" trong những trường hợp này, điều đó sẽ không cần thiết và chỉ tạo ra sự căng thẳng nhiều hơn cho quan hệ giữa hai người mà thôi. Cách tốt nhất là hãy bày tỏ sự cảm thông và tán thành, và bạn sẽ nhận được phần thưởng xứng đáng với một mối quan hệ tốt.

Dù sao đi nữa, các bạn cần thiết phải bày tỏ sự tôn trọng nhất định dành cho nhau, cần phải thừa nhận là anh ấy hay cô ấy đủ khôn ngoan và quyền tự do để quyết định những sự việc trong một giới hạn nhất định nào đó mà không có cảm giác là mọi thứ đều luôn phải thông qua bạn.

Khi bạn đặt câu hỏi về tất cả mọi chuyện, điều đó tạo ra cảm giác là bạn muốn kiểm soát mọi việc. Và vợ hoặc chồng bạn sẽ không cảm thấy thoải mái lắm trong một môi trường như thế. Điều tế nhị trong vấn đề này là, mỗi chúng ta đều có khuynh hướng muốn được tự do - tất nhiên là trong một giới hạn nào đó - và không ai muốn mọi quyết định của mình đều phải được giải thích cặn kẽ với người khác.

Tất nhiên là có một ranh giới khác biệt giữa những câu hỏi không cần thiết và những câu hỏi cần thiết. Khi một quyết định nào đó có liên quan đến cả gia đình hoặc có tầm quan trọng đáng kể, các bạn nhất thiết phải có sự bàn bạc thỏa đáng với nhau; và nếu một trong hai người đi đến quyết định nào đó thì cần thiết phải giải thích cặn kẽ với người kia về những lý do dẫn đến quyết định của mình. Nhưng vấn đề sẽ hoàn toàn khác biệt nếu đó là những quyết định có tính cách nhỏ nhặt hoặc có tính cách cá nhân, thuộc về sở thích riêng của mỗi người. Những quyết định loại này nên được tôn trọng và ủng hộ vô điều kiện, có nghĩa là không nên có những chất vấn không cần thiết.

Cuộc sống của chúng ta vốn đã có quá nhiều điều để quan tâm. Nếu các bạn không học biết cách chọn lọc từng sự việc, các bạn sẽ làm cho cuộc sống càng trở nên căng thẳng hơn một cách không cần thiết. Hơn thế nữa, việc đưa ra những câu hỏi không cần thiết sẽ tạo ra một cảm giác hoài nghi lẫn nhau, thiếu sự tôn trọng và tin cậy, trong khi chẳng mang lại ý nghĩa tích cực nào cả. Nếu bạn biết loại bỏ hoặc hạn chế những câu hỏi loại này, bạn sẽ làm cho bầu không khí trong gia đình trở nên thân mật hơn, có sự tôn trọng và tin cậy lẫn nhau, và xét cho cùng lại chẳng có gì tai hại cả.

Cuối cùng, nếu các bạn hiểu và thực hiện được giải pháp này, các bạn sẽ có nhiều thời gian hơn để nói với nhau những lời đáng nói, thay vì là thỉnh thoảng lại tranh cãi nhau về những chuyện không cần thiết. Điều này sẽ giúp cho quan hệ gia đình của các bạn bớt phần căng thẳng hơn và có điều kiện để phát triển ngày càng tốt đẹp hơn.

ĐỪNG ĐÒI HỎI SỰ THAY ĐỔI

Tất nhiên cần phải nói rõ hơn, đó là những thay đổi không cần thiết hoặc ít ra cũng là những gì mà chúng ta có thể chấp nhận được với một chút cảm thông. Mỗi con người chúng ta đều là một cấu trúc phức tạp, có thể rất hoàn hảo về nhiều mặt nhưng lại không bao giờ là toàn hảo. Chúng ta có thể mong đợi những máy móc chất lượng cao sẽ hoạt động chính xác như nhau - nhưng ngay cả điều này một đôi khi cũng không đạt được - nhưng chúng ta không thể mong đợi một con người hoàn toàn không có bất cứ một thói tật nào, cho dù đó là con người hoàn thiện nhất.

Trong cuộc sống chung dài lâu, các bạn cần biết chấp nhận điều này. Với thời gian, chắc chắn là bạn sẽ nhận ra nơi anh ấy hoặc cô ấy những thói quen, những khuyết điểm nhất định. Có những thói quen, khuyết điểm cần phải góp ý cho nhau sửa chữa, nhưng cũng có những thói quen, khuyết điểm không cần thiết phải đòi hỏi thay đổi, đơn giản chỉ vì chúng là vô hại, hoặc nếu có ảnh hưởng xấu cũng không đáng kể, ở một mức độ có thể chấp nhận được.

Cách tốt nhất để đối phó với các thói quen xấu loại này - cứ cho là như thế - là đoán trước được chúng và vui vẻ chấp nhận với một sự cảm thông. Chẳng hạn, anh ấy luôn có thói quen làm bạn bực mình là cho vớ vào giày và ném tất cả vào một xó xỉnh khó thấy nhất mỗi khi đi về, và vì thế bạn dễ dàng bỏ quên ở đó cho đến hôm sau. Kết quả là nó... bốc mùi không chịu nổi. Tất nhiên là chẳng tốt đẹp gì, và nếu anh ấy có thể thay đổi được thì sẽ tốt biết bao. Nhưng xét cho cùng, bạn không nên đòi hỏi sự thay đổi đó. Anh ấy có những lý do để không thay đổi. Chẳng hạn, trước hết thì đó là một thói quen đã có từ quá lâu, từ lúc mà việc nhặt đôi vớ mang đi giặt chưa phải là công việc của bạn. Thứ hai, có thể là sau một ngày làm việc căng thẳng, anh ấy chỉ làm việc này một cách hoàn toàn "vô thức" mà không có chút suy nghĩ nào. Thứ ba, nó cũng chẳng gây hại nhiều đến mức anh ấy nhất thiết phải quan tâm sửa đổi. Vì thế, cách tốt nhất cho bạn là chấp nhận vấn đề. Tất nhiên là anh ấy sẽ làm như thế, và việc anh ấy làm thế xét ra cũng không đến nỗi nào, có thể chấp nhận và cảm thông được. Khi bạn nghĩ như thế, bạn sẽ không còn cảm thấy bực dọc mỗi khi sự việc xảy ra, vì bạn đã biết trước và sẵn lòng chờ đợi nó.

Có thể có rất nhiều trường hợp tương tự như thế trong cuộc sống chung giữa các bạn. Chỉ cần quan tâm một chút là bạn có thể nhận ra được chúng. Với một thái độ thích đáng, bạn sẽ loại trừ được rất nhiều cảm giác bực dọc không cần thiết và xích lại gần nhau hơn thay vì là dẫn đến những trường hợp "đấu đá" nhau.

Và điều tất nhiên là anh ấy hoặc cô ấy sẽ hiểu được thái độ bao dung của bạn. Điều đó có thể là động cơ mạnh mẽ để thúc đẩy những thay đổi - nếu như có thể thay đổi - hơn là những lời phàn nàn hoặc chỉ trích. Tuy nhiên, những thay đổi cũng cần có thời gian. Và một lần nữa, nếu bạn biết như thế thì bạn sẽ không quá nôn nóng trong việc chờ xem anh ấy thay đổi như thế nào.

Tất nhiên là chúng ta đang nói đến những thói quen xấu nhỏ nhặt, gần như vô hại. Còn đối với những thói xấu nghiêm trọng như rượu chè, cờ bạc... thì lại thuộc về một câu chuyện hoàn toàn khác.

Một khía cạnh khác của vấn đề là tính cách hai chiều của nó. Bạn cần nhớ là bản thân mình cũng không tránh khỏi có những thói quen nhất định nào đó... không tốt lắm. Mỗi người cảm thông một chút với nhau, cuộc sống chung của các bạn sẽ dễ dàng hơn rất nhiều, ngay cả khi các bạn vẫn còn những thói xấu nhỏ nhặt.

KHÔNG NÓI ĐƯỢC BẰNG LỜI

Năm tháng trôi qua, cuộc sống chung của các bạn chắc hẳn không chỉ toàn những ngày êm ả, thơ mộng. Sẽ có những lúc sóng gió bất đồng, nhưng chúng tôi hy vọng là các bạn có thể vượt qua hầu hết các trường hợp bằng vào tình yêu của các bạn.

Nhưng điều gì cũng có những giới hạn nhất định của nó. Không phải tất cả mọi vấn đề đều có thể giải quyết bằng đối thoại. Có thể là hiếm hoi, nhưng sẽ có một lúc nào đó mà những bất đồng của các bạn không thể giải tỏa được bằng lời nói. Trong trường hợp này, chúng tôi đề nghị với các bạn một giải pháp hữu ích: hãy viết thư cho nhau. Tiếp xúc nhau mỗi ngày mà phải viết thư cho nhau, điều này nghe có vẻ hơi kỳ lạ. Nhưng trong bối cảnh chúng ta đang đề cập, các bạn sẽ thấy những lợi thế không thể phủ nhận được của giải pháp này.

Trong những tình huống căng thẳng, việc đối thoại bằng lời của các bạn gặp một số hạn chế nhất định. Thứ nhất, khi một trong hai bên quá bực tức hoặc giận dỗi đến mức độ không chịu lắng nghe, việc đối thoại không thể thực hiện được một cách hiệu quả. Thứ hai, ngay cả khi các bạn khởi đầu đối thoại với một ý tốt, những gì xảy ra tiếp theo sau đó - phản ứng không tốt hoặc thái quá của người kia - có thể tác động làm bạn mất bình tĩnh và thay đổi thái độ. Thứ ba, khi vấn đề khá phức tạp, bạn rất khó diễn đạt trọn vẹn bằng lời nói trong một bầu không khí đang căng thẳng hoặc với một thời gian thường là hạn chế.

Các bạn có thể chọn giải pháp viết thư vì nó giúp bạn vượt qua được những hạn chế nói trên. Bạn có thể chọn một thời điểm yên tĩnh thích hợp nào đó để thực hiện việc này. Trước hết, bạn hoàn toàn chủ động thời gian để diễn đạt vấn đề, dòng suy nghĩ của bạn không bị gián đoạn, cắt ngang - như khi đối thoại bằng lời - nên không có sự bối rối, lúng túng, và bạn còn có thể xem lại, sửa chữa cho đến khi nào cảm thấy là đã diễn đạt được chính xác và trọn vẹn ý mình. Thứ hai, bạn làm điều này trong một tâm trạng hoàn toàn bình tĩnh, với mục đích xây dựng và xuất phát từ tình yêu. Điều này cho phép bạn có thể nghĩ ra được những giải pháp sáng suốt và hợp lý nhất cho vấn đề mà các bạn đang bất đồng. Thứ ba, người nhận thư - vợ hoặc chồng của bạn - cũng sẽ có đủ thời gian cần thiết để đọc hiểu tất cả những gì bạn muốn nói, có thể chuẩn bị tinh thần để bình tĩnh tiếp nhận mà không bị tác động bởi sự bực tức hay giận dỗi như khi các bạn đối mặt nhau, và có thể đọc lại nhiều lần cho đến khi cảm nhận được hết vấn đề cũng như tự mình nghĩ ra các giải pháp thỏa đáng cho sự việc.

Vấn đề không phải ở chỗ là bạn cần phải có một văn phong trác tuyệt để làm xiêu đổ lòng người, mà điều quan trọng nhất là bạn thể hiện được sự chân thành và tình yêu trong lá thư của bạn. Vì thế, trong nhiều trường hợp bạn có thể xóa tan đi sự giận dỗi trong lòng cô ấy chỉ đơn giản bằng cách viết thư và nói cho cô ấy biết là bạn yêu cô ấy như thế nào!

Trừ khi những bất đồng của các bạn đã đi đến mức độ không thể hàn gắn được - điều đó nằm ngoài phạm vi đề cập của tập sách này -, bằng không thì đây là giải pháp tuyệt vời nhất cho tất cả những xung đột "quá độ" trong quan hệ vợ chồng. Giải pháp này đặc biệt thích hợp với các bất đồng về những vấn đề khá phức tạp và khó nói, chẳng hạn như về mức chi tiêu trong gia đình, về cách nuôi dạy và giáo dục con cái, hoặc về sự phân chia trách nhiệm trong gia đình... Tuy nhiên, ngay cả trong những trường hợp đơn giản nhất như khi cô ấy không chịu ngồi lại để lắng nghe bất cứ điều gì, bạn có thể viết ngắn gọn vài dòng và nói với cô ấy: "Anh yêu em!" Hãy chờ xem, tôi tin chắc là mọi việc sẽ tốt đẹp nếu như bạn thực sự chân thành!

AI ĐÃ LÀM ĐIỀU ĐÓ?

Có một khuynh hướng chi phối hầu hết mọi người trong chúng ta: thường cảm thấy mình đã làm quá nhiều. Cho dù bạn đang chia sẻ công việc hằng ngày với một đồng nghiệp, cùng thực hiện một dự án với đồng đội, hoặc cùng tham gia công việc buôn bán với một người bạn... Một cách tự nhiên, bạn thường luôn cảm thấy mình đã làm quá nhiều, và tất nhiên là so với những người khác. Điều này đơn giản chỉ vì bạn luôn biết rõ về những gì mình làm, nhưng lại ít khi lưu ý đến, hoặc biết rất ít về những gì người khác làm.

Trong quan hệ gia đình, điều này có ý nghĩa rất quan trọng. Nó là một trong những nguyên nhân dẫn đến sự thiếu cảm thông giữa các bạn. Trong khi bạn bận rộn suốt ngày và mỏi mệt với hàng khối công việc, thì bạn lại thường biết rất ít hoặc không mấy khi quan tâm đến những gì mà vợ hoặc chồng mình đã làm. Điều này tạo cho bạn một cảm giác bất an, không hài lòng, và tự trong thâm tâm, bạn cảm thấy như có điều gì đó bất công. Điều thú vị ở đây là, thường thì cả hai người đều cảm thấy như thế! Cảm giác này ngăn cản không cho các bạn cảm nhận được những gì tốt đẹp mà các bạn đang may mắn có được trong cuộc sống gia đình.

Chúng ta phải cùng nhau thừa nhận một điều là: xây dựng và nuôi dưỡng một gia đình không bao giờ là chuyện dễ dàng, ngay cả khi các bạn may mắn có được một mức sống ổn định về kinh tế. Còn trong trường hợp phải vật vã với nhu cầu kiếm sống hằng ngày thì điều đó lại càng trở nên cực kỳ khó khăn cho bất cứ ai.

Khi các bạn bắt đầu có con cái, mọi việc hoàn toàn thay đổi. Dường như trong gia đình không còn có lúc nào "rảnh rỗi" cho bạn, ngay cả về đêm. Và khối lượng công việc bên ngoài lại càng có khuynh hướng gia tăng, bởi vì các bạn cần thêm thu nhập để bù vào chỗ giảm sút do một trong hai người phải chăm sóc con cái, cũng như việc phát sinh thêm nhiều nhu cầu chi tiêu mới. Tất cả những điều này buộc các bạn phải cùng nhau nỗ lực, và dường như là phải luôn vượt quá sức mình. Trong bối cảnh đó, điều dễ hiểu là các bạn luôn cảm thấy mình đã làm quá nhiều!

Cảm giác sai lầm này thật tồi tệ vì nó tạo ra cho bạn nhiều ý tưởng không tốt và thiếu khách quan. Thay vì cảm thông với những khó khăn của vợ hoặc chồng mình để cùng động viên nhau cố gắng vượt qua, bạn thường trở nên bực dọc vì sự vất vả nhọc mệt của mình, và dễ dàng "sinh chuyện" từ những nguyên nhân nhỏ nhặt nhất.

Việc loại bỏ khuynh hướng không tốt này là cần thiết và cũng không khó làm. Chỉ cần bạn biết khách quan nhìn nhận vấn đề và dừng lại đôi chút trong ngày để đặt ra câu hỏi: "Ai đã làm điều đó?"

Một khi bạn đặt câu hỏi như thế, tôi tin chắc là bạn sẽ ngạc nhiên đến thú vị khi chợt nhận ra rất nhiều điều mà trước đây bạn không thường nghĩ đến. Ai đã làm điều đó kia chứ? Bạn đã không lau nhà, nhưng sàn nhà vẫn luôn sạch bóng. Bạn thậm chí chưa từng nghĩ đến việc lau dọn nhà vệ sinh, nhưng nó cũng luôn sạch bóng. Con cái được tắm rửa sạch sẽ, bữa cơm được chuẩn bị tươm tất, quần áo của bạn được giặt ủi cẩn thận và treo vào đúng chỗ... Và hàng trăm thứ việc khác mà lâu nay bạn vẫn có cảm giác như chúng "tự nhiên" được giải quyết. Thật ra ai đã làm điều đó?

Khi đặt ra câu hỏi này, các bạn sẽ hiểu được vai trò của nhau và cảm thông sâu sắc cho những khó khăn của nhau. Không có ai là người đóng góp "ít hơn" cho sự tồn tại tốt đẹp của một gia đình. Mỗi người đều phải nỗ lực vượt quá sức mình, và các bạn cần hiểu đúng về nhau để động viên nhau cùng vượt qua khó khăn. Mọi công việc sẽ chẳng có gì thay đổi khi các bạn thực hiện giải pháp này, nhưng đối với mối quan hệ của các bạn thì có đấy. Sẽ tốt đẹp hơn trước đây rất nhiều!

GIẢM BỚT SỰ CĂNG THẲNG

Ó một mối quan hệ tất nhiên mà các bạn cần nên biết, đó là giữa tâm trạng của mỗi chúng ta và sự giao tiếp với những người chung quanh. Khi bạn ở trong một tâm trạng bình thản, vui vẻ - có thể gọi là tâm trạng tích cực - mọi việc đều dễ dàng trở nên tốt đẹp. Bạn có thể cảm thông và tha thứ ngay cả với những điều khó chịu nhất mà ai đó làm với bạn. Ngược lại, khi bạn đang trong một tâm trạng bực dọc, căng thẳng, hoặc thậm chí là buồn nản - có thể gọi là tâm trạng tiêu cực - bạn sẽ dễ dàng làm "to chuyện" với bất cứ ai ngay cả khi sự va chạm là nhỏ nhặt không quan trọng.

Sự thật này cần được chú trọng đúng mức trong mối quan hệ giữa các bạn. Bởi vì, là vợ chồng với nhau, các bạn có nhiều thời gian tiếp xúc với nhau hơn bất kỳ mối quan hệ nào khác. Và nếu biết vận dụng hợp lý nguyên tắc này theo hướng tích cực, các bạn sẽ dễ dàng tạo ra được một mối quan hệ tốt đẹp trong gia đình.

Điều đó có nghĩa là, các bạn hãy giữ cho tâm trạng luôn ở trong trạng thái tích cực càng nhiều càng tốt. Và một trong những phương thức hữu hiệu nhất là tìm cách làm giảm nhẹ sự căng thẳng trong cuộc sống, bởi vì trong cuộc sống ngày nay hầu như rất hiếm có ai trong chúng ta lại không phải chịu những áp lực căng thẳng trong sinh hoạt thường ngày.

Có nhiều cách có thể giúp các bạn giảm bớt căng thẳng. Tất nhiên là các bạn phải mất một ít thời gian cho mục đích này, nhưng những gì bạn nhận được sẽ hoàn toàn xứng đáng với thời gian bỏ ra.

Ngày nay, ở phương Tây có nhiều lớp dạy ngồi thiền như một phương thức hữu hiệu để giảm bớt sự căng thẳng. Điều nghịch lý là tại phương Đông của chúng ta, nơi đã sản sinh ra phương thức này, lại có ít người quan tâm đến nó trong cuộc sống thường ngày.

Các hoạt động thể dục thể thao cũng là những phương thức có thể giúp bạn giảm căng thẳng nếu bạn thực hiện một cách đều đặn, thường xuyên. Các hình thức giải trí lành mạnh như nghe nhạc, đọc sách cũng có tác dụng tốt cho mục đích này. Bạn cũng có thể đi bách bộ mỗi buổi chiều khoảng mười hay mười lăm phút quanh nhà với tâm trạng thư giãn...

Tuy nhiên, phương thức làm giảm căng thẳng mà nhiều người chọn nhất là tìm một chỗ dựa tinh thần. Mỗi ngày chủ nhật, hàng trăm người đi lễ nhà thờ; mỗi ngày rằm hay mồng một, hàng trăm người đến chùa. Điều này giúp giảm nhẹ rất nhiều căng thẳng trong cuộc sống. Người ta có được một khoảng dừng nhất định để buông xả mọi thứ ra khỏi tâm hồn mình, lắng đọng trong không khí tôn nghiêm của nơi thờ phụng và cùng nghe những lời chỉ dạy đơn sơ nhưng luôn hàm chứa một thông điệp hướng thiện. Thiên đàng có thể là một hứa hẹn còn khá xa vời, nhưng lợi ích trước mắt có thể thấy được chính là được giảm bớt sự căng thẳng.

Sự căng thẳng là một trong những nguyên nhân dễ nhận ra nhất trong việc thúc đẩy quan hệ hôn nhân đi theo các chiều hướng không mong muốn. Trong cuộc sống ngày nay, chúng ta phải đối mặt với sự căng thẳng mỗi ngày. Chỉ có một cách duy nhất để chúng ta giải quyết vấn đề là phải học biết cách vượt qua được nó. Bạn có thể chọn một trong các phương thức khác nhau để làm giảm căng thẳng, cách nào cũng được, miễn là bạn cảm thấy thích hợp với mình. Điều quan trọng nhất là bạn nhận hiểu được vấn đề và biết rõ mình đang làm gì.

Khi bạn chủ động làm giảm sự căng thẳng, bạn sẽ có được một tâm trạng tốt hơn, bạn trở thành người dễ tính hơn, vui vẻ hơn, biết cảm thông và tha thứ hơn, và nói chung là dễ giao tiếp hơn. Ngay cả khi chỉ một trong hai người có tâm trạng tốt, sự giao tiếp cũng có thể được đảm bảo luôn đi theo chiều hướng tích cực, vì ít ra thì người ấy cũng luôn tỉnh táo trong việc định hướng hoặc cắt đứt sự việc ngay khi cần thiết. Điều này tất nhiên là tiền đề quyết định cho một cuộc sống hạnh phúc trong gia đình, bởi vì các bạn sẽ giảm được rất nhiều những xung đột không đáng có.

Ngược lại, khi bạn để cho cuộc sống xô đẩy theo khuynh hướng căng thẳng vốn có ngày nay, bạn sẽ dễ dàng trở nên cáu gắt, dễ bực dọc, và nói chung là dễ làm "to chuyện" đối với mọi vấn đề, ngay cả những vấn đề nhỏ nhặt. Bạn có thể dễ dàng hình dung được điều gì sẽ xảy ra nếu cả hai người đều đang trong một tâm trạng tiêu cực khi tiếp xúc nhau. Hầu hết các va chạm không đáng có trong gia đình đều xuất phát từ những bối cảnh tương tự như thế.

Điều tất nhiên là các bạn không thể đòi hỏi loại trừ sự căng thẳng ra khỏi cuộc sống của mình - cho dù điều đó nghe có vẻ thật tuyệt vời - nhưng ít ra thì các bạn cũng có thể giữ nó ở một mức độ có thể kiềm chế được. Và khi cả hai người cùng hiểu rõ điều này, các bạn có thể giúp nhau rất nhiều trong việc đạt được điều mong muốn: một tâm trạng tích cực bao giờ cũng là điều trước tiên cần có để cảm nhận được hạnh phúc gia đình.

NGUỒN ĐỘNG VIÊN CHO NHAU

Bất kể là bạn đang làm công việc gì, bạn luôn có một hoặc nhiều ước mơ nào đó sâu thẳm trong lòng mình. Có những ước mơ rồi sẽ trở thành hiện thực bằng vào thời gian và nỗ lực, nhưng cũng có những ước mơ chỉ để ước mơ mà thôi. Dù là gì đi nữa, những ước mơ giữ một vai trò quan trọng trong việc tạo hứng khởi cho bạn trong cuộc sống.

Những người yêu nhau luôn là người hiểu được những ước mơ của nhau, cho dù đó là những ước mơ của tuổi mới vào đời hay những ước mơ khi các bạn đã sống chung với nhau qua nhiều năm tháng. Một trong những chìa khóa để nuôi dưỡng tình yêu mà các bạn dành cho nhau là phải biết cách làm gì với những ước mơ của người mình yêu.

Điều mà tất cả chúng ta đều trông đợi ở người cùng chung sống là một sự tán thành, động viên cho những ước mơ sâu kín trong lòng mình, thay vì là sự chỉ trích, phê phán về tính không thật của nó hay phớt lờ, thản nhiên như không hề biết đến.

Khi bạn khuyến khích, động viên vợ hay chồng mình thực hiện một ước mơ, điều quan trọng không phải là rồi nó có trở thành hiện thực hay không, mà điều quan trọng là ở chỗ bạn chứng tỏ được mình sẽ luôn là nguồn động viên khích lệ cho người mình yêu thương, cho dù anh ấy hay cô ấy mong muốn theo đuổi điều gì. Rất nhiều văn nghệ sĩ theo đuổi được con đường của mình bất chấp sự nghèo khó chính là nhờ vào sự động viên, khích lệ của người bạn đời. Đổi lại, họ thực sự được sống hết mình và có được tình yêu chân thật không gì có thể so sánh được. Hầu hết các danh nhân khoa học cũng đều ghi nhận phần đóng góp không thể thiếu của người vợ hoặc chồng mình trong sự nghiệp đạt được. Những điều đó hoàn toàn không phải tình cờ xảy ra. Chúng nói lên một một sự thực: khi yêu nhau, chúng ta luôn là nguồn động viên cho nhau. Và điều này dẫn đến một hệ quả cần lưu ý: khi trở thành nguồn động viên cho nhau, chúng ta vun đắp, nuôi dưỡng cho tình yêu sẵn có của mình.

Không ai khác ngoài người yêu của bạn sẽ là người mà bạn yên tâm chia sẻ những ước mơ sâu thẳm nhất của lòng mình. Và bạn có thể hình dung được sự thất vọng đến như thế nào nếu chỉ nhận được một kiểu phản ứng lơ là, tiêu cực. Cho dù bạn có thực hiện được ước mơ đó hay không, điều bạn mong đợi chính là một thái độ chia sẻ và động viên, khuyến khích. Nếu đó là một ước mơ khả thi, đây sẽ là nguồn động lực lớn lao trong việc tiếp sức cho bạn thực hiện ước mơ của mình. Nhưng cho dù ước mơ đó vẫn mãi mãi là một ước mơ, thì sự chia sẻ, động viên của người mà bạn yêu thương cũng sẽ có tác dụng gắn kết hơn nữa tình yêu giữa hai người. Bạn sẽ nhận ra một điều là: các bạn luôn cần đến nhau trong cuộc sống. Và sự động viên lẫn nhau luôn có ý nghĩa như một sự khẳng định cho tính đúng đắn của quyết định sống chung cùng nhau của các bạn.

Với tình cảm chân thành dành cho nhau, các bạn sẽ luôn biết cách động viên thích hợp cho những ước mơ của người mình yêu. Chỉ cần bạn biết quan tâm và đừng để cho những khó khăn, bận rộn của cuộc sống làm cho bạn quên đi điều này. Bởi vì đây là một trong những cách tốt nhất để các bạn khẳng định tình yêu dành cho nhau. Nếu bạn chưa từng làm điều đó, hãy thử bắt đầu ngay từ hôm nay. Tôi tin là bạn biết rất rõ những ước mơ của người mình yêu.

VÌ SAO CHÚNG TA GHEN?

Tình yêu thường đi kèm với sự ghen tuông. Chẳng thế mà người ta vẫn nói: "Ghen tuông là chuyện thường tình." Tuy nhiên, thường tình không có nghĩa là bắt buộc phải có. Trong thực tế, với những tiến bộ trong lãnh vực tâm lý học, người ta đã có thể mạnh dạn thay đổi quan điểm cũng như xóa bỏ sự ghen tuông ra khỏi danh sách các yếu tố cấu thành tình yêu. Ghen tuông tạo ra bầu không khí khó chịu, ngột ngạt trong quan hệ tình cảm giữa hai người, và thực sự không hề có tác dụng bảo vệ hạnh phúc như nhiều người lầm tưởng. Nói chính xác hơn, nó đe dọa hạnh phúc của các bạn vì tạo ra nguy cơ tan vỡ nhiều hơn là kết hợp.

Mặc dù vậy, ghen tuông trong tình yêu là một khuynh hướng mà hầu hết chúng ta dễ dàng mắc phải. Sự ghen tuông xuất phát từ cảm giác thiếu tin cậy, không yên tâm về sự gắn kết quan hệ giữa hai người, và cảm giác không yên tâm này xuất phát từ mặc cảm thua kém về một hoặc nhiều khía cạnh nào đó. Mặc cảm thua kém này lại xuất phát từ sự so sánh chính mình với các đối tượng khác.

Như các bạn có thể thấy được qua các phân tích trên, con đường dẫn đến sự ghen tuông cũng khá ngoằn ngoèo phức tạp. Nhưng chính đó là con đường mà bạn cần phải lần theo để loại bỏ sự ghen tuông ra khỏi lòng mình.

Điều trước tiên là bạn cần phải thừa nhận một sự thật: Bao giờ cũng có những người khác nào đó hơn hẳn bạn về một hoặc nhiều khía cạnh: giàu có hơn, xinh đẹp hơn, duyên dáng hơn, thành đạt hơn, thông minh hơn, có học thức hơn... hoặc bất kỳ những khía cạnh nào khác mà bạn có thể kể ra. Thế thì đã sao nào? Chúc mừng cho họ. Và đừng bao giờ nảy ra ý nghĩ so sánh bản thân mình với bất kỳ người nào trong số họ. Khi làm được điều này, bạn sẽ cất bỏ đi một gánh nặng tâm lý vẫn thường đè nặng xuất phát từ mặc cảm thua kém. Bởi vì, bạn cũng cần nhớ lại rằng dù ít hay nhiều thì bạn cũng sẵn có những phẩm chất, khía cạnh nhất định mà nhiều người khác không thể vượt qua được. Hơn thế nữa, dù gì thì bạn cũng là người đặc biệt duy nhất đã được chọn để cùng chung sống với cô ấy hoặc anh ấy cho đến suốt cuộc đời.

Sự thật thứ hai mà bạn phải thừa nhận là: Bạn không thể có được tất cả những phẩm chất tốt đẹp hoặc đáp ứng được tất cả những nhu cầu giao tiếp của người mình yêu. Ngược lại, anh ấy hay cô ấy cũng không thể đáp ứng tất cả những gì bạn mong đợi. Và thực tế này là hoàn toàn bình thường, đừng bao giờ cố sức phủ nhận nó. Điều này có vẻ như rất khó chấp nhận đối với nhiều người, vì nó gợi cho họ một cảm giác thua kém - cho dù thật ra không phải là như vậy. Hãy thử tưởng tượng bạn được quyền chọn lựa sống trên hoang đảo với một người toàn hảo theo đúng với những ước mơ của bạn, và chỉ một mình anh ta hay cô ta mà thôi. Tôi không nghĩ là bạn sẽ hài lòng với sự chọn lựa ấy.

Vì thế, cuộc sống bình thường của chúng ta là sự chia sẻ với nhiều người khác. Chúng ta cần mối quan hệ với nhiều người, ngay cả những người khác phái. (Tất nhiên là chúng ta đang nói đến những mối quan hệ bạn hữu thuần túy không có gì mờ ám.) Nếu bạn đặt ra một quy định bất thành văn giới hạn quan hệ của vợ hoặc chồng mình chỉ với những người cùng giới tính, điều này sẽ là một sự vô lý không thể biện minh bằng bất cứ lý do nào. Nếu bạn biết tôn trọng và khuyến khích vợ hoặc chồng mình thiết lập các mối quan hệ tốt dựa trên sự chọn lựa tự nhiên mà không phải quan tâm đến giới tính, đó sẽ là điều tốt đẹp nhất mà bạn có thể làm cho cô ấy hoặc anh ấy. Khi làm được như thế, bạn thừa nhận một sự thật là bạn không "sở hữu" vợ hoặc chồng mình, nhưng bạn là người đặc biệt nhất trong tất cả những người mà cô ấy hay anh ấy quen biết và đã được chọn để cùng cô ấy hay anh ấy chung sống suốt cuộc đời này. Thái độ này biểu lộ một sự tin cậy có thể làm rung động đủ để buộc chặt tình cảm của các bạn đến mức không gì có thể chia tách được.

Trong cuộc sống, mỗi người chúng ta có nhiều nhu cầu giao tiếp khác nhau. Có những mối quan hệ do công việc, hoặc do cùng sở thích, hoặc cùng quan tâm đến một vấn đề nào đó, hoặc đôi khi chỉ đơn giản là vì có những khía cạnh nhất định thích hợp với nhau. Đôi khi chúng ta có những bạn bè chung, nhưng đôi khi cũng có những người bạn của riêng mình, và điều đó là tất nhiên. Mỗi người đều cần có mối quan hệ với nhiều bạn bè khác nhau để đáp ứng những nhu cầu giao tiếp khác nhau của bản thân. Nếu bạn không muốn vợ hoặc chồng mình giao tiếp một cách tự nhiên với những người khác phái, điều đó sẽ bộc lộ rõ một sự ích kỷ, thiếu tin cậy và thậm chí có thể xem là một cách ứng xử không đẹp.

Hiểu đúng vấn đề, bạn sẽ không còn bị hành hạ bởi cảm giác ghen tuông, bởi những câu chuyện chỉ hiện diện trong óc tưởng tượng của riêng bạn. Và quan trọng hơn hết, sự tin cậy và đánh giá đúng về vợ hoặc chồng mình sẽ là cách tốt nhất để bảo vệ hạnh phúc gia đình, vì nó sẽ được đáp lại bởi một tình cảm nồng nàn hơn khi cả hai đều cảm thấy thực sự thoải mái và hạnh phúc trong cuộc sống.

TÔN TRỌNG SỞ THÍCH CỦA NHAU

hông phải bao giờ chúng ta cũng có thể giải thích được những sở thích của mình. Đôi khi chỉ đơn giản là vì chúng ta cảm thấy như thế. Khi sự việc khác đi, chúng ta cảm thấy không thoải mái, và chúng ta hài lòng khi thấy điều gì đó xảy ra đúng với sở thích của mình. Chẳng hạn, bạn không thể giải thích được vì sao bạn thích cô ấy mặc chiếc áo màu xanh lá cây. Tại sao không phải là màu tím, màu hồng hay bất kỳ màu nào khác? Và trong cuộc sống, chúng ta có rất nhiều những sở thích nhỏ nhặt đại loại như thế.

Không có gì quan trọng với những sở thích nhỏ nhặt trong cuộc sống, miễn là chúng không ảnh hưởng xấu đến bất kỳ ai khác. Nhưng điều quan trọng là các bạn phải chú ý đến việc tôn trọng những sở thích của nhau. Đừng đòi hỏi bất cứ một sự giải thích nào, ngay cả khi bạn có thể cảm thấy một sở thích nào đó là hơi lập dị hoặc khó hiểu.

Một cách đơn giản, có thể nói là những sở thích riêng của mỗi người góp phần làm nên cá tính của con người ấy. Vì thế, chúng ta phải thừa nhận một điều là có những kiểu sở thích... không giống ai. Hơn ai hết, bạn phải là người hiểu rõ nhất những sở thích của vợ hoặc chồng mình. Và bạn cần biết tôn trọng những sở thích đó, đáp ứng chúng bất cứ khi nào có thể, và đừng bao giờ phê phán hoặc chế giễu chúng bằng bất cứ hình thức nào. Đây là một trong những phương thức đơn giản nhất mà bạn có thể thực hiện để làm cho tình yêu của các bạn càng thêm gắn bó.

Có bao nhiêu con người trên trái đất này là sẽ có bấy nhiêu sở thích khác nhau. Nhiều sở thích có thể tương tự như nhau - nhưng không hẳn là giống nhau - một số khác lại hoàn toàn khác biệt. Có người thích được trò chuyện vui vẻ ở chỗ đông người, lại có người thích dành đôi chút thời gian yên tĩnh để ngồi một mình. Sẽ là vô cùng ngốc nghếch nếu bạn so sánh hai sở thích khác nhau này và đặt vấn đề xem ai đúng hơn, hoặc sở thích nào là hợp lý hơn. Mỗi người chọn theo cách của mình, chỉ đơn giản là vì họ thích như thế.

Vấn đề quan trọng không phải là bạn có thực hiện được điều anh ấy hoặc cô ấy thích hay không, nhưng quan trọng ở chỗ là bạn biết và tôn trọng sở thích ấy, một cách vô điều kiện. Mỗi khi có dịp, bạn sẽ sẵn lòng đáp ứng theo đúng sở thích ấy - mà không làm điều ngược lại - nhưng không có nghĩa là lúc nào bạn cũng phải quan tâm thực hiện điều đó, vì tất nhiên là các bạn còn có rất nhiều điều khác quan trọng hơn phải làm.

TÌNH YÊU VÀ ĐIỀU KIỆN

Tình yêu chân thật gắn liền với rất nhiều phẩm chất tốt đẹp, chẳng hạn như sự chân thành, cảm thông, tha thứ, hy sinh... và rất nhiều điều khác nữa. Nhưng nó không bao giờ đòi hỏi bất cứ điều kiện nào. Điều đó có nghĩa là, bạn yêu một người chỉ vì yêu mà không vì bất cứ một lý do nào khác.

Không cần thiết cô ấy phải xinh đẹp, khôn ngoan, giàu có, hợp ý... hay bất cứ một phẩm chất nào khác. Bạn yêu cô ấy vì cô ấy là người bạn yêu. Chỉ thế thôi! Không có bất cứ một điều kiện nào khác. Bạn không đòi hỏi cô ấy phải như thế này hoặc như thế khác, phải chia sẻ những điều này hoặc làm theo những điều khác, vân vân và vân vân. Không cần bất cứ một điều kiện nào để có được tình yêu của bạn.

Một ví dụ tiêu biểu nhất cho tình yêu không điều kiện là tình yêu mà chúng ta dành cho con cái, nhưng có lẽ cũng chỉ là khi chúng vừa mới chào đời. Theo thời gian, khi chúng lớn lên, chúng ta bắt đầu áp đặt các điều kiện và tình yêu của chúng ta bắt đầu chịu ảnh hưởng của những điều kiện đó.

Hầu hết chúng ta không yêu nhau một cách hoàn toàn chân thật theo ý nghĩa này. Chúng ta gắn liền tình yêu của mình với một hay nhiều điều kiện khác nhau. Chúng ta mong muốn hoặc đòi hỏi người yêu của mình phải thế này hoặc thế khác... Vì thế, tình yêu của chúng ta không hoàn toàn là thứ tình yêu không điều kiện. Hay nói cách khác, nó không hoàn toàn chân thật.

Nhưng sự thật là các bạn yêu nhau. Yêu nhau thắm thiết, yêu nhau nồng nàn, hoặc thậm chí không thể diễn tả bằng bất cứ ngôn từ nào khác cho trọn vẹn. Vấn đề ở đây là, các bạn vẫn còn chưa có được tình yêu hoàn toàn chân thật nếu các bạn còn thấy được tình yêu của mình có gắn liền với bất cứ một điều kiện nào đó.

Chúng ta đều biết đến tính chất quý giá của vàng, nhưng chẳng ai trong chúng ta có được vàng thật theo nghĩa hoàn toàn tinh chất, ngay cả là vàng bốn số chín... có nghĩa là vẫn có ít nhiều tạp chất. Tuy vậy, chúng ta vẫn có được những món nữ trang xinh đẹp bằng vàng, vẫn có thể sử dụng được phẩm chất quý giá của vàng để mua bán, trao đổi...

Tình yêu chân thật không điều kiện cũng giống như thế. Đó là một chuẩn mực lý tưởng mà có thể chúng ta suốt đời không sao với đến. Cũng giống như nhiều chuẩn mực lý tưởng khác về sức khỏe, về sự đảm bảo tài chánh, về sự ngăn nắp... trong cuộc sống của chúng ta, chúng được nêu lên như một hướng phấn đấu vươn tới, cho dù không mấy ai có thể thực sự đạt đến.

Cho dù chúng ta biết rằng chẳng bao giờ có thể đạt đến chuẩn mực lý tưởng về sức khỏe, chúng ta vẫn phải tuân thủ chế độ ăn uống lành mạnh, siêng tập thể dục mỗi ngày và chọn nếp sinh hoạt hợp lý nếu chúng ta muốn được khỏe mạnh hơn. Cho dù chúng ta biết rằng chẳng bao giờ có thể đạt được sự đảm bảo an toàn tuyệt đối về tài chánh, chúng ta vẫn phải nỗ lực làm việc, cân nhắc kỹ lưỡng từng khoản đầu tư để có thể đạt được một tình trạng an toàn hơn về mặt tài chánh. Cho dù chúng ta biết rằng chẳng bao giờ có thể đạt đến sự ngăn nắp hoàn toàn cho căn nhà khi có hai đứa trẻ, nhưng chúng ta vẫn phải kiên trì làm công việc thu dọn, sắp xếp mỗi ngày để căn nhà có thể được ngăn nắp hơn.

Mặt khác, nếu như bạn tham gia trong một cuộc chạy đua tranh giải vô địch quốc gia, cho dù bạn có thể xếp rất xa về phía sau nhưng chắc chắn là bạn sẽ đạt được thành tích chạy nhanh hơn so với những lần chạy đua ở tỉnh lẻ.

Câu chuyện về tình yêu chân thật cũng thế. Đó là một chuẩn mực ít có ai trong chúng ta có thể đạt đến, nhưng nó là mục tiêu xứng đáng để tất cả chúng ta theo đuổi. Bất kể là bạn khởi đầu như thế nào, mục tiêu phấn đấu này chắc chắn sẽ giúp cho tình yêu của các bạn ngày càng chân thật hơn, giảm bớt các điều kiện gắn liền với nó hơn.

Để vươn đến một tình yêu chân thật không điều kiện, trước hết bạn cần suy nghĩ thật nhiều về nó để có thể hình dung được thế nào là một tình yêu không điều kiện. Sau đó, bạn sẽ tự phân tích và thấy được những điều kiện mà mình đang đặt ra trong tình yêu. Bạn sẽ thấy mình thật vô lý khi luôn đòi hỏi anh ấy hoặc cô ấy phải như thế này hoặc thế khác, phải làm điều này hoặc điều nọ theo ý thích của mình... Bạn sẽ loại bỏ dần những điều đó cũng giống như người làm vườn loại bỏ cỏ dại trong những luống hoa. Dần dần, bạn sẽ trở nên biết lắng nghe hơn, cảm thông và tha thứ nhiều hơn, và sẵn lòng làm những điều tốt đẹp cho vợ hoặc chồng mình ngay cả khi cô ấy hoặc anh ấy không làm như vậy.

Kết quả đạt được từ những nỗ lực này là tình yêu của các bạn sẽ có nhiều phẩm chất tốt đẹp hơn, gắn bó nhau hơn và vững chắc hơn. Khi trải qua những thăng trầm nhất định trong cuộc sống, nguy cơ tan vỡ của một tình yêu như thế sẽ được hạ xuống ở mức thấp nhất. Và hạnh phúc mà các bạn nếm trải trong một tình yêu như thế cũng là một thứ hạnh phúc chân thật, nồng nàn hơn.

VÌ SAO PHẢI CỐ CHẤP?

hật khó trả lời câu hỏi này, bởi vì hầu hết trong chúng ta thường rơi vào một trường hợp cố chấp nào đó như một thứ quán tính mà rất ít khi chịu cân nhắc, suy nghĩ xem vì sao phải làm như thế.

Khi có sự bất đồng ý kiến với ai đó, mục tiêu của chúng ta hầu như ngay lập tức được đặt ra là làm thế nào để thuyết phục người kia đồng ý với chúng ta, thay vì khách quan hơn là cân nhắc xem giữa hai ý kiến thì ý kiến nào là hợp lý hơn. Và khi cả hai bên đều có cách nghĩ cố chấp như nhau, chúng ta hiếm khi có được một cuộc tranh luận đúng nghĩa mà thường chỉ là dẫn đến một cuộc tranh cãi khó kết thúc.

Trong quan hệ gia đình, những cuộc tranh cãi như thế vẫn thường xảy ra nếu chúng ta không tỉnh táo nhận biết được nguyên nhân ngay từ đầu. Thậm chí, sự quen thuộc lẫn nhau nhiều khi thường làm cho chúng ta có khuynh hướng tự suy đoán và áp đặt những suy nghĩ không có thật cho vợ hoặc chồng mình, và vì thế khả năng lắng nghe để nhận ra sự thật hoặc lẽ phải trong những trường hợp đó là rất ít.

Cách giải quyết tốt nhất cho những tình huống tương tự trong quan hệ vợ chồng là đừng bao giờ nghĩ đến việc thuyết phục anh ấy hay cô ấy. Các bạn luôn có rất nhiều cơ hội sau đó để trở lại với vấn đề, nếu điều đó là cần thiết. Còn khi một trong hai người đã rơi vào khuynh hướng cố chấp thì mọi sự giải thích hoặc tranh luận chỉ làm cho vấn đề tồi tệ hơn mà thôi. Điều bạn nên làm vào lúc này là hãy tỏ ra biết lắng nghe, ngay cả khi bạn biết chắc là chẳng có gì thực sự cần phải nghe cả. Thái độ thích đáng này của bạn sẽ làm lắng dịu vấn đề và cơ hội tốt hơn sau đó chắc chắn rồi sẽ đến.

Sự cố chấp không mang đến cho bạn bất cứ điều gì ngoài việc đe dọa hủy hoại mối quan hệ tốt đẹp của các bạn. Ở mức độ nhẹ nhất, nó làm hoang phí thời gian của bạn một cách vô ích, thay vì bạn có thể sử dụng thời gian ấy cho những mục đích tốt đẹp hơn để củng cố hạnh phúc gia đình.

Mỗi con người chúng ta là một thực thể duy nhất và nhìn cuộc sống theo những cách khác nhau. Chúng ta có những sở thích riêng, và giải thích sự việc cũng theo cách riêng của mỗi người. Chúng ta gần như luôn luôn có thể chỉ ra sai lầm trong cung cách suy nghĩ và ứng xử của người khác. Nói tóm lại, cách tiếp cận vấn đề của chúng ta dường như luôn luôn hợp lý và chính xác - tất nhiên là chỉ đối với chúng ta.

Khi hiểu được điều này, chúng ta sẵn sàng cởi mở hơn, biết lắng nghe ý kiến của người khác hơn, và do đó bớt cố chấp hơn.

Sự thật thì việc bất đồng ý kiến với nhau - nhất là trong quan hệ vợ chồng, khi mà các bạn phải va chạm hầu như về mọi khía cạnh của đời sống - là điều tất nhiên phải có. Chúng ta không cần thiết phải bực dọc, khó chịu với sự bất đồng ý kiến của vợ hoặc chồng mình. Tại sao bạn lại dễ dàng bực dọc khi cô ấy hay anh ấy bày tỏ một ý kiến khác hơn mình? Bạn có nhiều cách để xác định ý kiến nào sẽ là ý kiến chung của hai người, nếu điều đó là cần thiết. Nhưng trong rất nhiều trường hợp, mỗi người vẫn có thể giữ quan điểm của mình mà không nhất thiết sẽ ảnh hưởng đến người khác.

Loại bỏ hoặc hạn chế được sự cố chấp trong quan hệ vợ chồng, chắc chắn các bạn sẽ thấy cuộc sống thoải mái hơn cho chính mình cũng như cho người bạn đời của mình. Không phải bao giờ các bạn cũng cần thiết phải phí thời gian và sức lực để bảo vệ ý kiến của mình. Mỗi người đều có những khía cạnh tích cực cần được lắng nghe. Suy cho cùng, tại sao bạn lại không trân trọng ý kiến của người mà bạn yêu thương nhất? Và nếu thế, cơ may hòa hợp của các bạn sẽ là rất lớn thay vì là để cho sự cố chấp vô lý phá hỏng đi.

MỤC LỤC